AF519116

INSIGHT PUBLICA®

INSIGHT PUBLICA®

Nadakkavu, Kozhikode, Kerala
Tel:0495 4020666
www.insightpublica.com
e-mail: insightpublica@gmail.com

Pendrive

(Stories - Malayalam)

K.S. Mini

First Edition: October 2020

Copyright©Reserved

All rights reserved. no part of this publication may be reproduced, stored in a retrieval system, or transmitted, in any form, or by any means, electronic, mechanical, photocopying, recording or otherwise, without the prior permission of the publisher.

Cover Design: KJ VJ

ISBN 978-93-90404-90-2

Printed and Published by
Insightinpublica Printers & Publishers Pvt. Ltd.

പെൻഡ്രൈവ്

കഥകൾ

കെ.എസ്. മിനി

INSIGHT PUBLICA

കണ്ണൂർ ജില്ലയിലെ കിഴുന്നയിൽ ജനനം, 32 വർഷത്തെ അദ്ധ്യാപന ജീവിതം, സർക്കാർ ഹൈസ്ക്കൂളിൽ പ്രധാന അദ്ധ്യാപിക ആയിരിക്കെ വിരമിച്ചു.

കഥകളും ലേഖനങ്ങളും നർമ്മങ്ങളും എഴുതിയിട്ടുണ്ട്. സാംസ്കാരിക സംഘടനകളിൽ അംഗമാണ്. രചനാമത്സരങ്ങളിൽ സമ്മാനങ്ങളും പുരസ്കാരങ്ങളും നേടിയിട്ടുണ്ട്.

അച്ഛൻ: പുത്തൻപുരയിൽ ഗോപാലൻ
അമ്മ: പള്ളിവളപ്പിൽ യശോദ
ഭർത്താവ്: സി കെ. മുകുന്ദൻ മാസ്റ്റർ
മക്കൾ: സിമി, സ്മിജ
മരുമക്കൾ: സുശാന്ത്, അനുരൂപ്
ചെറുമക്കൾ: നവശ്രീ, ശ്രീപാർവണ, രേവന്ത്

പുസ്തകങ്ങൾ: ടെറസ്സിലെ കൃഷിപാഠങ്ങൾ, ടെറസ്സിലെ കൃഷികൾ (കാർഷികം) അനിയൻബാബു ചേട്ടൻബാബു, മനസ്സിൽ ലഡ്ഡുപൊട്ടുമ്പോൾ, മിനിനർമകഥകൾ, പുട്ടും കടലയും, പുരനിറഞ്ഞ പുരുഷൻ, കുട്ടിയമ്മയുടെ ആണി (ഹാസ്യകഥകൾ), മാക്രി മെമ്മോറിയൽ ഹൈസ്കൂൾ, കാക്കക്കയിലേ ചൊല്ല്, മഞ്ചാടിക്കുന്നിലെ പഞ്ചവർണ്ണക്കിളികൾ (ബാലസാഹിത്യം), എട്ട് സുന്ദരികളും ഒരു സിനിമയും (കഥകൾ), ചോക്കും ചൂരലും പിന്നെ ഞാനും (സ്മരണകൾ)

വിലാസം: സീ. കെ. ഹൌസ്, ചക്കരക്കല്ല്,
പോസ്റ്റ് ഇരിവേരി, കണ്ണൂർ. പിൻ: 670613

ഫോൺ: 0497 2852079
മൊബൈൽ: 9847842669, 8547862079
ഇ മെയിൽ ഐഡി: souminik@gmail.com

കെ.എസ്. മിനി

പെൻഡ്രൈവ് തുറന്നാൽ

കടലാഴങ്ങളിലെ
വലിയ മോഹങ്ങൾ

ജീവിതത്തിൽ ധാരാളം മോഹങ്ങൾ ഉണ്ടായിരുന്നെങ്കിലും തിരിച്ചുവരവിന് ഇടയില്ലാത്തവിധം അവയെല്ലാം അറബിക്കടലിന്റെ ആഴങ്ങളിൽ മുക്കിതാഴ്ത്തിയിരിക്കയാണ്. മോഹങ്ങൾ മുങ്ങിനശിച്ചെങ്കിലും ജനിച്ച നാൾതൊട്ട് കടലിനെ കേട്ടും കണ്ടും വളരുന്ന എന്റെ മനസ്സിന്റെ ഉള്ളിൽനിന്നും വലിയൊരു മോഹം ചില നേരത്ത് പൊങ്ങിവരാറുണ്ട്. അനന്തവിശാലമായ ആഴിയിൽനിന്നും അതിഭീകര അലർച്ചയോടെ പാഞ്ഞെത്തുന്ന തിരമാലകളുടെ ശബ്ദം ആസ്വദിച്ചുകൊണ്ട് കടൽതീരത്തുള്ള വീട്ടിൽ ഉറക്കം വരാതെ ഉറങ്ങിയമട്ടിൽ കിടക്കുമ്പോൾ മോഹം അതിരു കവിഞ്ഞ് ഒഴുകുകയാണ്. എന്റെ തീവ്രമായ ആഗ്രഹം ഒന്നുമാത്രമാണ്;

കടലിന്റെ അടിത്തട്ടിലൂടെ ചുറ്റിനടക്കുക...

ആഴങ്ങളിലെ മുത്തും പവിഴവും നോക്കി രസിച്ചങ്ങിനെ കറങ്ങി നടക്കുക...

ഈയൊരു ആഗ്രഹവും മനസ്സിൽവെച്ച് തീരത്തെ പാറക്കെട്ടുകളിൽ ഇരിക്കാൻ തുടങ്ങിയിട്ട് ദിവസങ്ങൾ കുറേയേറെയായി. മനുഷ്യനായി ജനിച്ചെങ്കിലും മനുഷ്യന് അപ്രാപ്യമായി ഒന്നുമില്ലല്ലൊ. ബഹിരാകാശത്തിലൂടെയും അമ്പിളിമാമനിലൂടെയും ആളുകൾ നടക്കുമ്പോൾ ചെറിയൊരു ആശ എനിക്കുണ്ടാവുന്നതിൽ തെറ്റൊന്നും ഇല്ലല്ലോ..

വേനൽക്കാലത്ത് ഒരു ദിവസം,

ഉച്ചകഴിഞ്ഞ് രണ്ടുമണി ആയപ്പോൾ കടൽത്തീരത്തുള്ള പാറക്കെട്ടിൽ ഞാൻ ഇരിക്കുകയാണ്. ഉച്ചവെയിൽ ഉച്ചിയിൽ പതിച്ചെങ്കിലും അതിനെയെല്ലാം തണുപ്പിച്ച് ശാന്തമായ കടൽക്കാറ്റ് വീശുന്ന ഏകാന്തതീരം. പെട്ടെന്ന് ഒരു ആശയം എന്റെ തലയിൽ മിന്നി..

ഈ പാറക്കെട്ടിൽനിന്നും താഴോട്ടിറങ്ങി നേരെയങ്ങ് നടന്നാലോ?

കൂടുതലൊന്നും ചിന്തിച്ചില്ല.. നേരെ കടലിലേക്ക് ഇറങ്ങി.

പായലും കക്കകളും നിറഞ്ഞ് വഴുതുന്ന കല്ലുകളിലൂടെ നേരെ കടലിന്റെ അടിത്തട്ടിലേക്ക് വഴുതിയിറങ്ങി..

ഇതിത്ര എളുപ്പമാണെന്ന് ആദ്യമേ അറിഞ്ഞില്ലല്ലോ...

ചുറ്റുപാടും നോക്കിയപ്പോൾ ഒരു ചിത്രത്തിലും കാണാത്ത സുന്ദരമായ ലോകം. ഈ കാലമത്രയും ഭംഗിയുള്ള കാഴ്ചകളെല്ലാം കടൽ എന്നിൽനിന്നും ഒളിപ്പിച്ചു വെക്കുകയായിരുന്നല്ലോ. എത്ര സുഖ മായിട്ടാണ് വെള്ളത്തിനടിയിലൂടെ നടക്കാനാവുന്നത്. ശരീരഭാരം അറിയാതെ കരയിൽ നടക്കുന്നതിലും എളുപ്പത്തിൽ ഒഴുകിനടക്കുക യാണ്. എന്തേ, എനിക്കിങ്ങനെ കടലിലിറങ്ങാൻ മുൻപ് തോന്നാ തിരുന്നത്?

എങ്ങും വർണ്ണപ്രളയം...

ജലസസ്യങ്ങളിൽ ആയിരക്കണക്കിന് പൂക്കൾ വർണ്ണം വിതറി ക്കൊണ്ട് ഇളകിയാടുകയാണ്...

ഈ ഭംഗിക്കു മുന്നിൽ മഴവില്ലുകൾ തോറ്റുപോകും.

ഇവിടെ ഏഴല്ല, എഴായിരം നിറങ്ങളാണ് മിന്നിമറയുന്നത്.

മത്സ്യങ്ങൾ മാത്രമല്ല, ഇതുവരെ കാണാത്ത ഒട്ടനേകം ജലജീ വികൾ നൃത്തം ചെയ്യുകയാണ്.

എല്ലാം മറന്ന് കടലിനടിയിലെ മായാലോകത്തിലൂടെ ചുറ്റിനട ക്കാൻ തുടങ്ങി.

ഇവിടെനിന്നും ഒരു തിരിച്ചുപോക്ക്...

അതെനിക്ക് ചിന്തിക്കാനേ വയ്യ...

പെട്ടെന്നാണ് വലിയൊരു മത്സ്യത്തെ കണ്ടത്. സമീപമുള്ള പാറക്കെട്ടിനെക്കാൾ വളരെ വലുത്. പുറത്തുനിന്ന് നോക്കിയാൽ ശാന്തമായി കാണുന്ന കടലിന്റെ അടിത്തട്ടിൽ ഇത്രയും വലിയ മത്സ്യം ഉണ്ടാവുമെന്ന് പ്രതീക്ഷിച്ചിരുന്നില്ല. ആ മത്സ്യം എന്നെ ശ്രദ്ധിച്ച് നോക്കുകയാണ്. അതിന്റെ കണ്ണിലൊരു ഭീകരഭാവം.

പെട്ടെന്ന്...

എല്ലാം ഒരു നിമിഷംകൊണ്ട് സംഭവിച്ചു...

കൂടുതൽ ചിന്തിക്കാൻ ഇട നൽകാതെ ആ മത്സ്യം ഓടിവന്ന് എന്നെയങ്ങ് വിഴുങ്ങി...

എങ്ങും അന്ധകാരം... ശൂന്യത... ജനിക്കുന്നതിനു മുൻപുള്ള, മരണത്തിനു ശേഷമുള്ള അജ്ഞാതലോകത്ത് ഞാൻ എത്തിച്ചേ ർന്നിരിക്കുന്നു.

അയ്യോ... ഞാനെവിടെയാണ്?

പെട്ടെന്ന് ചുറ്റും പ്രകാശം പരന്നു; തീവ്രമായ വെളിച്ചം.

കൂടെ ആരുടെയോ ശബ്ദം,

"ഉച്ചഭക്ഷണത്തിനുശേഷം സ്വപ്നംകണ്ട് ഉറക്കമായിരിക്കും".

ഞെട്ടിയുണർന്ന ഞാൻ ചുറ്റുപാടും തുറിച്ചുനോക്കി. സ്വപ്നം എത്ര സുന്ദരമായാലും ഉറക്കത്തിൽനിന്നും ഉണരാതെ എന്തുചെയ്യും? ഒന്നുകൂടി ഉറങ്ങിയാൽ അതേ സ്വപ്നം ആവർത്തിക്കാൻ ഒരു സാധ്യതയും ഇല്ലല്ലൊ...

●

കമ്പിവേലിയിൽ കുടുങ്ങിയപ്പോൾ

ശാന്തമായ പകൽവെളിച്ചത്തിന്റെ തണലിൽ സായാഹ്നം ചേക്കേറാൻ തുടങ്ങിയപ്പോൾ 'ബസ്സ് സ്റ്റോപ്പ്' എന്നെഴുതിയ ബോർഡിനു ചുവട്ടിൽ നിൽക്കുന്ന ദിനേശൻ മാസ്റ്ററുടെ മനസ്സിൽ അസ്വസ്ഥത പടർന്നുകയറാൻ തുടങ്ങിയതോടെ ഹൃദയമിടിപ്പ് വർദ്ധിച്ചു. മനുഷ്യജീവിതത്തിന്റെ സങ്കീർണ്ണമായ ജീവിതചര്യകളും ബലഹീനതകളും ഓർത്തുകൊണ്ട് ഇടവേളകളിൽ വിജനമാവുന്ന പാതയോരത്ത് നിൽക്കാൻ തുടങ്ങിയിട്ട് ഒരു മണിക്കൂർ കഴിയാറായി. അദ്ദേഹം ഒറ്റക്കല്ല; കൂടെ ഒരു നിമിഷം പോലും മിണ്ടാതിരിക്കാനാവാത്ത പ്രിയശിഷ്യ ആറാം ക്ലാസ്സുകാരി ഷമീമയും ഉണ്ട്. നിഷ്കളങ്കമായ അവളുടെ ചോദ്യങ്ങൾക്കെല്ലാം യാന്ത്രികമായി മറുപടി പറയുന്നുണ്ടെങ്കിലും മാസ്റ്ററുടെ മനസ്സിലൊട്ടാകെ അജ്ഞാതമായ ഭയം പഴുതാരകളെ പോലെ ഇരച്ചു കയറുകയാണ്.

"മാഷേ?"

ദിനേശൻ മാസ്റ്റർ ഞെട്ടി.

"മാഷേ, മാഷെന്താ ഓർമ്മിക്കുന്നത്?"

"അത് നിന്റെ അമ്മയെ കാണാനില്ലല്ലോ... നാല് മണി കഴിഞ്ഞില്ലേ"

"ഉമ്മയുടെ സമയം നാലര വരെയാണ്. ഇന്നൊരീസം നേരത്തെ വന്നിറ്റ് ഈടെ നിക്കുന്നാ പറഞ്ഞത്"

"ആ വരട്ടെ"

ദിനേശൻ മാഷ് അങ്ങനെ പറഞ്ഞെങ്കിലും മുന്നിലൂടെ നടന്നുപോകുന്ന അപരിചിതരുടെ നോട്ടം പതിഞ്ഞതോടെ എന്തോ അപാകത ഉണ്ടെന്ന് തോന്നാൻ തുടങ്ങി. സ്കൂൾ കുട്ടിയാണെന്ന ഒരടയാളവും ഇല്ലാതെ അടിപൊളി ഉടുപ്പിലാണ് ഷമീമ വന്നത്. കലാമേളയിൽ

പങ്കെടുക്കുന്ന കുട്ടികൾ യൂനിഫോമിൽ വരണമെന്ന് പറഞ്ഞെങ്കിലും കിട്ടിയ അവസരം മുതലെടുത്തുകൊണ്ട് മിന്നിത്തിളങ്ങുന്ന ഡ്രസ്സി ലാണവൾ... തലയിലാണെങ്കിൽ മുത്തുകൾ അലങ്കരിച്ച മിന്നുന്ന തട്ടം. അപരിചിതരുടെ ദൃഷ്ടിയിൽ ബന്ധുവീട്ടിലെ കല്യാണത്തിന് പങ്കെടുക്കാൻ പോകുന്ന പിതാവും പുത്രിയും തന്നെ...

അദ്ധ്യാപകനായി ജോലി ലഭിച്ചപ്പോൾതന്നെ വിവാഹം കഴിച്ചെങ്കിൽ ഇതേ പ്രായത്തിലുള്ള മകൾ തനിക്കും ഉണ്ടായേനെ...

ആ നിമിഷം എൽ.കെ.ജി.കാരിയായ മകളുടെ കുസൃതികളാണ് ഓർമ്മയിൽ വന്നത്. കൃതി എന്ന് വിളിക്കുന്ന പൊന്നുമകൾ സുകൃതി... ജീവിതത്തിനൊരു ലക്ഷ്യമുണ്ടെന്ന് അറിയിച്ചവൾ, ഇപ്പോൾ അമ്മയോടൊത്ത് വികൃതി കാട്ടുന്നുണ്ടാവും.

അപ്പോഴാണ് ശിഷ്യയുടെ ശബ്ദം കേട്ടത്,

"മാഷേ?"

"എന്താ കുട്ടീ?"

"മാഷേ നമ്മളെ സമ്മാനം എപ്പഴാ കിട്ടുക?"

"മറ്റന്നാൾ കിട്ടും... അതുവാങ്ങാൻ നീ വരണമെന്നില്ല. മേളയുടെ സമാപന ചടങ്ങിൽ പങ്കെടുക്കുന്ന ടീച്ചേർസ് ആരെങ്കിലും വാങ്ങിക്കൊള്ളും"

"ഒന്നാം സമ്മാനമല്ലേ മാഷേ... എന്റെ സമ്മാനം എനിക്കുതന്നെ വാങ്ങണം"

"നാളെ നീ സ്കൂളിൽ വരുമല്ലോ... അപ്പോൾ പറയാം"

മറുപടി പറയുന്നുണ്ടെങ്കിലും അദ്ദേഹത്തിന്റെ ശ്രദ്ധ മുഴുവൻ റോഡിന്റെ എതിർവശത്തു നിന്നുകൊണ്ട് മൊബൈലിൽ സംസാരിക്കുന്ന ചെറുപ്പക്കാരനിലാണ്. സംസാരിച്ചു കൊണ്ടിരിക്കെ അതിലേ ഓടിച്ചുപോയ ബൈക്ക് യാത്രികനെ അയാൾ കൈകാട്ടി സമീപം നിർത്തിയിട്ട് ചെവിയിലെന്തോ പറയുമ്പോൾ തനിക്കുനേരെ വിരൽ ചൂണ്ടിയില്ലേ എന്നൊരു സന്ദേഹം. തുടർന്ന് ബൈക്കുകാരൻ ഇറങ്ങി അവനോടൊപ്പം ചേർന്ന് ആരെയോ പ്രതീക്ഷിക്കുന്ന മട്ടിൽ നിൽക്കുന്നത് കണ്ടപ്പോൾ കലാമേളയിലെ ഊട്ടുപുരയിൽനിന്നും ഉച്ചക്ക് കഴിച്ച സദ്യയിൽ അവശേഷിച്ചതെല്ലാം ദഹിച്ചുപോയി. അതോടൊപ്പം ചുണ്ടുകൾ വരണ്ടു... നാവ് ഉള്ളിലേക്ക് വലിഞ്ഞുപോവുകയാണോ? ആശ്വാസത്തിനായി ഒരിറ്റ് വെള്ളം കിട്ടിയെങ്കിൽ...

ചെറുപ്പക്കാരല്ലേ അവരെന്തെങ്കിലും ആയിക്കോട്ടേ, എന്ന് ആശ്വാസം തേടാൻ ദിനേശൻ മാസ്റ്റർ പരിശ്രമിക്കുന്നതിനിടയിൽ ഷമീമ ചോദിച്ചു,

"മാഷേ, ഇനിയും മത്സരിക്കണോ?"

"പിന്നേ, സബ്ജില്ലാ മത്സരമല്ലേ കഴിഞ്ഞത്... ഒന്നാം സ്ഥാനം കിട്ടിയതുകൊണ്ട് നിനക്ക് ജില്ലയിൽ മത്സരിക്കാം. അതിലും ഒന്നാമതായാൽ സംസ്ഥാന തലത്തിൽ മത്സരിക്കാം"

"അതിലും ഒന്നാമതായാലോ?"

"എങ്കിൽ കോളടിച്ചില്ലേ... ഫോട്ടോ പത്രത്തിൽ വരും... സ്കൂളിന്റെയും രക്ഷിതാക്കളുടെയും നാട്ടുകാരുടേയും സ്വീകരണമെല്ലാം ലഭിക്കും"

"അതെല്ലാം അനക്ക് കിട്ടും, മാഷ് നോക്കിക്കോ... മാഷ് പറഞ്ഞതുകൊണ്ടല്ലേ ഞാൻ പദ്യം ചൊല്ലലിൽ മാത്രം മത്സരിച്ചത്. കഥയെഴുത്തിന് കൂടി മത്സരിച്ചെങ്കിൽ അതിനും ഒന്നാം സ്ഥാനം കിട്ടുമായിരുന്നു..."

സംസാരിക്കുന്നതിനിടയിൽ അദ്ദേഹത്തിന്റെ നോട്ടം പാതയുടെ എതിർവശത്ത് ആളുകളുടെ എണ്ണം വർദ്ധിക്കുന്നുണ്ടോ എന്നായിരുന്നു. അവിടെയുള്ള അഞ്ച് പേരിൽ ഒരാൾമാത്രം പ്രായം കൂടിയ മനുഷ്യനാണ്. പെട്ടെന്ന് വടക്കുനിന്നും വന്ന ബസ് മുന്നിലായി നിർത്തിയപ്പോൾ മുതിർന്ന രണ്ട് സ്ത്രീകളും യൂനിഫോമിട്ട ഏതാനും കുട്ടികളും അവിടെയിറങ്ങി. കുട്ടികൾ അതിവേഗം നടന്നപ്പോൾ മുതിർന്നവർ പതുക്കെ നടന്നു. ആശുപത്രിയിൽ നിന്ന് വരുന്നവർ ആയിരിക്കാം... രണ്ടുപേരും അവശരാണ്.

"മാഷെ സമയമെന്തായി?"

"സമയം അഞ്ചുമണി ആവാറായല്ലോ"

മൊബൈൽ നോക്കി സമയം പറഞ്ഞപ്പോൾ പെട്ടെന്ന് ഭാര്യയെ ഓർമ്മവന്നു. എല്ലാ ദിവസവും വീട്ടിലെത്തുന്ന സമയമായതിനാൽ ഭാര്യയെ വിളിക്കാനായി ഡയൽ ചെയ്തു. കോൾ മുന്നോട്ട് പോകാതെ കട്ടാവുന്നത് ശ്രദ്ധിച്ചപ്പോഴാണ് മനസ്സിലായത്, മൊബൈലിന് റെയ്ഞ്ച് തീരെയില്ല. അരിശത്തോടെ മൊബൈൽ പോക്കറ്റിൽ തിരുകി.

ഒരു നിമിഷത്തിനുള്ളിൽ ലോകത്ത് ഒറ്റപ്പെട്ടവനായെന്ന സത്യം അറിയാനിടയായി. സ്വന്തം മൊബൈലിന് റെയ്ഞ്ച് ഇല്ലാതായാൽ ഭൂലോകത്തുനിന്നും നിഷ്കാസിതനാവുന്ന കാലമാണ്. ദിനേശൻ മാസ്റ്റർ പോക്കറ്റിൽ തിരുകിയ മൊബൈലെടുത്ത് ഓഫ് ചെയ്തശേഷം വീണ്ടും തുറന്നുനോക്കി... റെയ്ഞ്ച് ഇല്ലാ!! മനസ്സിലൊട്ടാകെ എന്തോ അരുതായ്മ പടരുകയാണ്. വരാനുള്ള സുനാമിയുടെ മുന്നൊരുക്കമായിട്ടാണോ മൊബൈലിന് റെയ്ഞ്ച് ഇല്ലാതായത്...

സബ്ജില്ലാ കലാമേളയിൽ ഷമീമ എന്ന കുട്ടിയെ മലയാളം പദ്യം ചൊല്ലൽ മത്സരത്തിൽ പങ്കെടുപ്പിക്കലാണ് ദിനേശൻ മാസ്റ്ററുടെ ഡ്യൂട്ടി. പത്ത് കുട്ടികൾ മാത്രം പങ്കെടുക്കുന്ന ഐറ്റം ആയതിനാൽ

മത്സരം തീർന്നപ്പോൾ ഭക്ഷണം കഴിച്ചു. പിന്നിട് റിസൽട്ട് പ്രഖ്യാപനം അറിഞ്ഞപ്പോൾ ഒന്നാം സ്ഥാനം ലഭിച്ച സന്തോഷത്തോടെ കുട്ടിയെ വീട്ടിലെത്തിക്കാനായി ബസ്സിൽ കയറിയിട്ട് അവൾ പറഞ്ഞ സ്റ്റോപ്പിൽ ഇറങ്ങിയതാണ്. മറുനാട്ടുകാരനായ അദ്ധ്യാപകനും സ്കൂൾ ബസ്സിൽമാത്രം യാത്രചെയ്യുന്ന ശിഷ്യക്കും സ്ഥലം ഒരുപോലെ അപരിചിതമാണ്. നാല് മണിക്ക് വരുന്ന രക്ഷിതാവിനെ കണ്ടാൽ കുട്ടിയെ ഏല്പിച്ച് ഫ്രീ ആവാം എന്നാണ് എച്ച്.എം. പറഞ്ഞത്. എന്നിട്ടോ...

അഞ്ച് മണി ആവാറായിട്ടും രക്ഷിതാവ് വന്നില്ല.

അദ്ധ്യാപകന്റെ അസ്വസ്ഥത പതുക്കെ ശിഷ്യയിലേക്കും വ്യാപിച്ചു തുടങ്ങിയിട്ടുണ്ട്. അവളുടെ കുഞ്ഞുമനസ്സ് വ്യാകുലപ്പെടാൻ തുടങ്ങിയപ്പോൾ പറഞ്ഞു,

“മാഷേ ഒന്നെന്റെ ഉമ്മയെ വിളിക്കുമോ?”

പെട്ടെന്നുള്ള പ്രേരണയാൽ മൊബൈൽ എടുത്തെങ്കിലും ക്ലിക്ക് ചെയ്തതോടെ അദ്ദേഹം ചിന്താദീനനായി. റെയ്ഞ്ച് ഇല്ലാത്ത മൊബൈൽ ജീവനില്ലാത്ത ദേഹം പോലെ പ്രയോജനരഹിതം. നാട്ടുമുഴുവൻ ശൃഖലയുള്ള മൊബൈൽ കമ്പനിക്ക് ഇവിടെ മാത്രമായിട്ടെന്താണ് അപ്രഖ്യാപിത നിരോധനം...

ആകാംക്ഷ പങ്കുവെച്ചുകൊണ്ട് ഷമീമ ചോദിച്ചു,

“എന്തുപറ്റി മാഷേ?”

“റെയ്ഞ്ച് ഇല്ല”

“റെയ്ഞ്ച് ഇല്ലെന്നോ? എന്റെ ഉമ്മാന്റെ മൊബൈലിൽ എപ്പോഴും റെയ്ഞ്ച് ഉണ്ടാവുമല്ലോ”

“കുട്ടീ റെയ്ഞ്ച് ഇല്ലാതായത് എന്റെ മൊബൈലിനാണ്”

അവൾ പിന്നീടൊന്നും മിണ്ടിയില്ലെങ്കിലും ദിനേശൻ മാസ്റ്റർ പലതും ചിന്തിച്ചു. സാധാരണ സംഭവമെന്നപോലെ എതിർ വശത്ത് നോട്ടം പതിഞ്ഞപ്പോൾ ആകെ പകച്ചുപോയി. ആളുകളുടെ എണ്ണം കൂടിവരികയാണ്... ഇരയെ കണ്ടെത്തിയ ചെന്നായ്ക്കൂട്ടം ചുറ്റും വളഞ്ഞ് ചാടിവീഴാൻ കാത്തിരിക്കുകയാണോ? ചിലർ മൊബൈൽ തോണ്ടിക്കളിക്കുന്നു... ചിലർ ആരെയോ വിളിക്കുന്നു... വേറെചിലർ ഇയർഫോൺ ചെവിയിൽ തിരുകിയിട്ട് കേൾവിക്കാരായി പരിണമിച്ചിരിക്കുന്നു. നാട്ടിലെ തൊഴിലില്ലാപ്പട മൊത്തമായി ഇറങ്ങിയിരിക്കയാണ്. കൂട്ടത്തിലൊരു തടിയന്റെ കാക്കക്കണ്ണുകൊണ്ടുള്ള നോട്ടത്തിൽ ദേഹമൊട്ടാകെ അജ്ഞാതമായ എരിപൊരി സഞ്ചാരം പ്രവഹിക്കുന്നതിനിടയിൽ ആശ്വാസത്തിനായി അദ്ദേഹം ഇടതുവശത്തേക്ക് കണ്ണയച്ചു. അവിടെയൊരു ആൽമരം... അല്ല...

ആൽമരം വളർന്ന് വലിയൊരു കാടായി മാറിയിരിക്കുന്നു.

മരത്തിനു മുകളിൽ കലപില കൂട്ടുന്ന പറവകളെ നോക്കിയിരിക്കാൻ സ്വന്തം കണ്ണുകളോട് ആജ്ഞാപിച്ചെങ്കിലും കുറച്ചുകഴിഞ്ഞപ്പോൾ അടുത്തുള്ള വൈദ്യുതി തൂണിലേക്ക് ദൃഷ്ടി പതിഞ്ഞു. അതിനു മുകളിൽ കെട്ടിയിട്ട പരസ്യം വായിച്ചു, 'പുകയില്ലാത്ത അടുപ്പ്' ചുവട്ടിലൊരു ഫോൺ നമ്പർ കൂടിയുണ്ട്. അടുക്കളയിൽ ഗ്യാസ്സ്റ്റൌ കടന്നുകയറി പുകയുള്ളതും ഇല്ലാത്തതുമായ എല്ലാ അടുപ്പുകളേയും വെയ്സ്റ്റ് ആക്കി മാറ്റിയിട്ടും പരസ്യത്തിനൊരു കുറവും ഇല്ലല്ലോ. അതിനു താഴെയുള്ള ബോർഡ് അദ്ദേഹത്തെ ആകർഷിച്ചു,

കമ്പിവേലി...

ഇക്കാലത്ത് കമ്പിവേലിക്കും മൊബൈൽ നമ്പർ ഉണ്ട്. അങ്ങനെയൊന്നിനെ കുറിച്ച് ഏതാനും ദിവസം മുൻപ് ചിന്തിച്ചതായിരുന്നു. വീട്ടുപറമ്പിനു ചുറ്റും മതില് കെട്ടണമെന്ന് ഭാര്യ പറഞ്ഞിട്ട് കുറച്ചു നാളായി. മതിലിനു പകരം വേലിയാണ് നല്ലത്... അത് ഇരുമ്പുകമ്പി ആയാൽ അസ്സലായി. മറ്റൊരു അവസരത്തിലാണെങ്കിൽ ആ നമ്പർ കുറിച്ചെടുത്തിട്ട് പിന്നീട് വിളിച്ചേനേ... ഇപ്പോൾ മനസ്സ് എവിടെക്കാണെന്ന് അറിയാതെ സഞ്ചാരത്തിലാണ്.

ദിനേശൻ മാസ്റ്റർക്ക് സ്വന്തം വീടിനെക്കുറിച്ച് തീവ്രമായ ഓർമ്മകൾ ഉണർന്നു. വീട്ടിൽ ഭാര്യയും കുഞ്ഞും തനിച്ചാണെന്ന ചിന്ത അദ്ദേഹത്തിന്റെ ഉള്ളുലച്ചു. അവരുടെ ഒച്ച കേൾക്കണമെന്ന അതിയായ ആഗ്രഹം ഉയർന്നപ്പോൾ പെട്ടെന്ന് മൊബൈൽ എടുത്തെങ്കിലും റെയിഞ്ച് ഇല്ലെന്ന് അറിഞ്ഞപ്പോൾ നിരാശയോടെ പോക്കറ്റിൽതന്നെ തിരുകി. ആറ് മണിക്ക് സൂര്യൻ അസ്തമിക്കുന്ന കാലമാണ്... ഇപ്പോൾ അഞ്ച് മണി കഴിഞ്ഞിരിക്കുന്നു. സന്ധ്യ ആയാൽ??

പെട്ടെന്നാണ് ഷമീമയുടെ ചോദ്യം,

"മാഷേ സമയമെന്തായി"

"അഞ്ചെ ഇരുപത്"

മൊബൈൽ നോക്കി സമയം പറഞ്ഞു. വിളിക്കാനാവില്ലെങ്കിലും വാച്ചിന്റെ ജോലി കൃത്യമായി നിർവ്വഹിക്കുന്നുണ്ട്.

"നാല് മണിക്ക് സ്കൂളിന്ന് ഇറങ്ങുമെന്നാ ഉമ്മ പറഞ്ഞത്... എന്നിറ്റിപ്പം..."

"നിന്റെ ഉമ്മ ഏത് സ്കൂളിലാ ജോലി ചെയ്യുന്നത്?"

"ഉമ്മ ടൌൺ ഹയർ സെക്കന്ററി സ്കൂളിലെ കോമേഴ്സ് ടീച്ചറാണ്"

മാസ്റ്റർ ഞെട്ടി... സ്വന്തം വിദ്യാലയത്തിലുള്ള കുട്ടികളെകുറിച്ചുള്ള അജ്ഞത അയാളിൽ വേവലാതി ഉണർത്തി. തന്നേക്കാൾ

യോഗ്യതയുള്ള മാതാവിന്റെ മകളാണ് കൂടെയുള്ളത് എന്നോർത്ത പ്പോൾ അദ്ധ്യാപകനെന്ന അഹങ്കാരം ഒറ്റയറ്റിക്ക് തകർന്നു.

“എന്നിട്ടെന്താ ലെയിറ്റാവുന്നത്? ആദ്യമേ പറഞ്ഞെങ്കിൽ ഇവിടെ നിൽക്കുന്നതിനു പകരം ഉമ്മയുടെ സ്കൂളിൽ പോകാമായിരുന്നല്ലോ”

“അതാരും ചോദിച്ചിട്ടില്ലല്ലോ മാഷേ... ഉമ്മക്ക് ചില ദിവസം അഞ്ച് മണിവരെ ക്ലാസ്സുണ്ടാവും”

“അപ്പോൾ എല്ലാദിവസവും നീയെങ്ങിനെയാ വീട്ടിൽ പോകുന്നത്?”

“ഞാനെന്നും സ്കൂൾ ബസ്സിലല്ലേ പോകാറുള്ളത്... അത് ഈ വഴി യിലൂടെയാണ് മാഷെ”

“രാത്രി ആവാറായല്ലോ... ഇനിയിപ്പം എന്താ ചെയ്യ?”

“അതൊന്നും സാരമില്ല മാഷേ... ഇവിടെ നിൽക്കുമെന്നല്ലേ ഉമ്മയോട് പറഞ്ഞത്”

മറുവശത്ത് കണ്ണയച്ചപ്പോൾ അദ്ദേഹത്തിന്റെ രോമകൂപങ്ങൾ തോറും ഭയം ഇരച്ചുകയറാൻ തുടങ്ങി. ആളുകളുടെ എണ്ണം വർദ്ധിച്ച് ഇരുപതിൽ അധികമായി. എല്ലാം പുരുഷന്മാർ...

കൂട്ടത്തിലൊരു തടിയനെ കണ്ടപ്പോഴുള്ള ഞെട്ടൽ ശിഷ്യ അറി യാതിരിക്കാൻ പരമാവധി ശ്രമിച്ചു.

ശരിക്കുമൊരു ഗുണ്ട തന്നെ, പോക്കറ്റിൽ അവൻ കൈനിടുന്ന്...

തോക്കെടുക്കാനാണോ? കത്തി എടുക്കാനാണോ?

അജ്ഞാതമായ ഇരുണ്ട അറകളിൽ അപ്രതീക്ഷിതമായി എത്ത പ്പെട്ട അദ്ധ്യാപകന്റെ മനസ്സ് രക്ഷപ്പെടാനുള്ള പഴുതുകാണാതെ പിടച്ചിൽ തുടർന്നു. മുന്നിലുള്ള റോഡ് ആഴമുള്ളൊരു പുഴയായി മാറിയെങ്കിൽ എന്ന്, വെറുതെ കൊതിച്ചുപോയി. മനസ്സിന്റെ പിരി മുറുക്കം ഒഴിവാകാൻ അടുത്തുള്ളവരോട് ഉച്ചത്തിൽ സംസാരിച്ചാൽ മതിയെന്ന് അനുഭവം ഉണ്ടെങ്കിലും ഇപ്പോൾ ശബ്ദത്തിനാകെ ഇടർച്ച വന്നിരിക്കയാണ്. വരാനിടയുള്ള അപകടങ്ങളെ കുറിച്ച് ചിന്തിച്ചുചി ന്തിച്ച് കാട് കയറുന്നതിനിടയിൽ ശിഷ്യയുടെ ശബ്ദം,

“മാഷേ ഉമ്മ ചെലപ്പോൾ മാർക്കറ്റിൽ പോയിട്ടുണ്ടാവും”

“മാർക്കറ്റിലോ? അതെന്താ വേറെയാരും വീട്ടിലില്ലേ?”

“ഇല്ല മാഷേ, പിന്നെ ഉമ്മാന്റെ എളാമ്മാന്റെ വീട് തൊട്ടപ്രത്തു ണ്ട്”

“അപ്പോൾ നീയും ഉമ്മയും ഒറ്റക്കാണോ താമസം?”

“അതെ മാഷെ... ഞാനൊറ്റ മോളാണ്. ഉപ്പ ഗൾഫിലാണ്”

“എന്തൊരു ധൈര്യാ”

“മാഷെന്താ പറഞ്ഞത്?”

"ഒന്നുമില്ല... രാത്രി ആവാറായിട്ടും നിന്റെ ഉമ്മ വന്നില്ലല്ലോ"

"മാഷെ, ഞാനൊരു കാര്യം ചോദിക്കട്ടേ... അന്റെ പദ്യം ചൊല്ലൽ മാഷ് കേട്ടിട്ടില്ലേ?"

"ഞാനത് കേട്ടല്ലോ"

"എങ്ങിനെയുണ്ട്?"

അസ്തമയമാനം അന്തിച്ചുവപ്പണിയാൻ നേരത്ത് ദിനേശൻ മാസ്റ്റർ ഒരക്ഷരവും മിണ്ടാതെ ശിഷ്യയെ മിഴിച്ചുനോക്കി.

ഒപ്പം അയാൾ പാതയുടെ മറുവശത്തും നോക്കി...

ഏതോ ഭീകരപ്രവർത്തനം നടത്താനെന്നപോലെ പുരുഷപ്രജകൾ മറുവശത്ത് ഒത്തുകൂടിയത് തന്നെ ലക്ഷ്യമാക്കിയിട്ടല്ലാതെ മറ്റെന്തിനാണ്? മലയാളികളുടെ സദാചാര ബോധത്തിനും ഒളിഞ്ഞു നോട്ടത്തിനും അതീതനായി നിലനിൽക്കാൻ അദ്ധ്യാപകനാണെന്ന അറിവ് മാത്രം പോരല്ലോ... മറുകരയിലുള്ള മനുഷ്യരുടെ കൈകൾ തനിക്കുനേരെ നീണ്ടുവരുന്ന നിമിഷത്തെക്കുറിച്ച് ഓർക്കുമ്പോൾ പെട്ടെന്ന് ശിഷ്യയുടെ ഉച്ചത്തിലുള്ള ശബ്ദം,

"ഉമ്മ വന്നു... മാഷേ അന്റെ ഉമ്മയെത്തി"

"എവിടേ?"

മാസ്റ്റർ നോക്കിയപ്പോൾ മുന്നിലാരെയും കണ്ടില്ല...

"ഇതാ മാഷെ... ആ വരുന്നത് ഉമ്മയുടെ വണ്ടിയാണ്"

"വണ്ടിയോ?"

അയാൾ നോക്കിയിരിക്കെ റോഡരികിൽ നിർത്തിയ ഇരുചക്രവാഹനത്തിൽ നിന്നും ചുരിദാർ അണിഞ്ഞ സ്ത്രീ ഹെൽമറ്റ് ഊരിക്കൊണ്ട് ഇറങ്ങിവന്നു. അവർ അടുത്തെത്തിയപ്പോൾ ഷമീമ പറഞ്ഞു,

"എത്ര നേരായി നമ്മളിവിടെ കാത്തിരിക്കുന്നത്... ഉമ്മാ ഈ മാഷാകെ പേടിച്ചുപോയി"

സ്കൂട്ടറിൽ നിന്നും ഇറങ്ങിയ സ്ത്രീ ദിനേശൻ മാസ്റ്ററുടെ അടുത്തേക്ക് വന്നു,

"സോറീ മാഷെ... ഞാൻ സാജിത... ടൌൺ ഹയർ സെക്കന്ററിയിലെ എച്ച്.എസ്.എസ്.ടി. കൊമേഴ്സ്. ഇന്ന് സ്കൂളിൽ ചെറിയൊരു പ്രോബ്ലം ഉണ്ടായിരുന്നു. ഐ ആം റിയലീ സോറീ. ഇവളെന്തെങ്കിലും പ്രശ്നമുണ്ടാക്കിയോ?"

"ഹായ്, ഒരു പ്രശ്നവുമില്ല. ഇരുട്ടുന്നതിനു മുൻപ് വേഗം പോയ്ക്കോ"

ഷമീമ വണ്ടിയുടെ മുന്നിൽ കയറിയപ്പോൾ അവർ പറഞ്ഞു,

"ഇനിയെനിക്ക് മാർക്കറ്റിലോട്ട് പോകണം. സാറിന് അങ്ങോട്ടാണ് പോകേണ്ടതെങ്കിൽ പിന്നിൽ കയറിക്കോ... ഹെൽമെറ്റൊന്നും

നോക്കണ്ട"

"അയ്യോ ഞാനില്ല..."

ഞെട്ടലോടെ മാസ്റ്റർ പറഞ്ഞു.

ആ ഞെട്ടലിൽനിന്നും ദിനേശൻ മാസ്റ്റർ മോചിതനാവുന്നതിന് മുൻപ് വണ്ടി സ്റ്റാർട്ട് ചെയ്തു.

ആ നിമിഷം...

പിന്നാലെ വന്ന ഓട്ടോ കൈകാണിച്ച് നിർത്തി അതിൽ കയറിയശേഷം പാതയുടെ എതിർവശത്തേക്ക് അദ്ദേഹത്തിന്റെ നോട്ടം പതിച്ചു. അവിടെ ഉറുമ്പിൻകൂട്ടം ചിതറുകയാണ്... ആയുധങ്ങളുമായി ആക്രോശിച്ച് ആളുകൾ ഓടിവരുന്നത് തനിക്കുനേരെയാണല്ലോ?...

നേരെ പാഞ്ഞടുക്കുന്ന അപകടത്തിൽനിന്നും രക്ഷപ്പെട്ട ദിനേശൻമാസ്റ്റർ ഇതുവരെ കണ്ടതെല്ലാം വെറും തോന്നൽ മാത്രമാണെന്ന് സ്വന്തം മനസ്സിനെ വിശ്വസിപ്പിക്കാൻ ശ്രമിച്ചു.

മൊബൈലിൽ മണിനാദം... ഭാര്യ വിളിക്കുകയാണ്,

"നിങ്ങളേടിയാ ഇത്രനേരം പോയത്? എത്രയാ വിളിച്ചിന്... എടുക്കാത്തപ്പം ഞാനാകെ പേടിച്ച് ഒരു വശായി"

"കുറേ നേരമായിട്ട് ഞാനൊരു കുടുക്കിലായിരുന്നു. എന്തിനാ വിളിച്ചത്?"

"അച്ഛനെ കാണണമെന്ന് പറഞ്ഞ് മോള് ശാഠ്യം പിടിച്ച് കരയുന്നു"

"ഞാനങ്ങോട്ട് വരുന്നുണ്ട്, മോളോട് കരയണ്ടാന്ന് പറയു..."

"അവളിപ്പോൾ കളിക്കുകയാണ്. പിന്നേ... നിങ്ങളെവിടെ കുടുങ്ങിന്നാ പറഞ്ഞത്?"

"ഇത്രയുംനേരം ഞാനൊരു കമ്പിവേലിയിൽ കുടുങ്ങിയതാ... ഇപ്പൊഴാ രക്ഷപ്പെട്ടത്"

●

ആരാദ്യം വിളിക്കും

തിരക്കുപിടിച്ച ദിവസത്തിന്റെ ഒടുവിൽ കൺസൽട്ടിംഗ്റൂം അടക്കാൻ നേരത്താണ് കൌൺസിലിങ്ങിനായി രണ്ട് സ്ത്രീകൾ വന്നത്. ഒറ്റനോട്ടത്തിൽ അമ്മയും മകളും ആണെന്ന് മനസ്സിലാക്കാമെങ്കിലും അവർ അന്യോന്യം നോക്കുകയോ മിണ്ടുകയോ ചെയ്തിരുന്നില്ല. പേര് വിളിക്കാൻ തുടങ്ങുന്നതിനുമുൻപെ അകത്തു പ്രവേശിച്ച അവരോട് സൈക്യാട്രിസ്റ്റ് ആയ ഡോക്ടർ മോഹനചന്ദ്രൻ ഇരിക്കാൻ ആവശ്യപ്പെട്ടപ്പോൾ അ[illegible] വിദ്യാർത്ഥിനികളായി രൂപാന്തരപ്പെട്ട് മുന്നിലിരിക്കുന്ന രണ്ടുപേരെയും അല്പനേരം നോക്കി,

പിന്നെ കാര്യം ഊഹിച്ചു...

പ്രശ്നം വിവാഹപ്രായമായ മകളുടെ പ്രേമം ആയിരിക്കും. അമ്മക്ക് ഇഷ്ടമല്ലാത്ത ഏതെങ്കിലും പയ്യനെ പുളിങ്കൊമ്പ് ആണെന്ന് കരുതിയ മകൾ സ്വന്തം തലയിൽ ഇൻസ്റ്റാൾ ചെയ്തിരിക്കും. അവനൊരു വൈറസ് ആണെന്ന് പറഞ്ഞ് ഡിലീറ്റ് ചെയ്യാൻ അമ്മ നിർബന്ധിക്കുന്നുണ്ടാവണം...

അദ്ദേഹം അവരുടെ ഓരോ പോയിന്റും നിരീക്ഷിക്കാൻ തുടങ്ങി,

സുന്ദരിയായ അമ്മയെ നോക്കിയിരിക്കെ മനഃശാസ്ത്രജ്ഞന്റെ മനസ്സ് ബോധതലത്തിൽ നിന്നും അബോധതലത്തിലേക്ക് നീങ്ങി അജ്ഞാതമായ ഏതോ തീരത്തേക്ക് പ്രയാണം ആരംഭിച്ചു. ഏതാനും വർഷം മുൻപ് ഈ സുന്ദരിയെ കണ്ടെങ്കിൽ!

അവളെ പ്രേമിച്ച്, പ്രേമിച്ച്, പ്രേമിച്ച്...

പിന്നെ?...

പിന്നെ, കല്ല്യാണം കഴിച്ച് അടുക്കളയിൽ ഇരുത്തിയേനെ...

അങ്ങനെയാണെങ്കിൽ ഈ മകൾ, സ്വന്തം മകളായി ജനിച്ചിരിക്കും...

മകളെ നോക്കിയതോടെ അബോധതതലത്തിൽ യാത്രചെയ്യുന്ന മനസ്സ് പതുക്കെ സ്വന്തം ദേഹത്ത് തിരിച്ചുകയറി ഇരിപ്പുറപ്പിച്ചു. അവളുടെ നോട്ടത്തിന്റെ തീവ്രത താങ്ങാൻ ശേഷിയില്ലാത്ത ഡോക്ടർ വിദൂരതയിലേക്ക് കണ്ണുകൾ പായിച്ചശേഷം... സ്വന്തം കൈയിലെ പേന ഒരു മാന്ത്രികദണ്ഡ്പോലെ ചുഴറ്റിയിട്ട് അവരോട് പറഞ്ഞു,

"ആദ്യം പരിചയപ്പെടുത്തുക, പിന്നെ പ്രശ്നം പറയുക"

പെട്ടെന്ന് മുതിർന്ന സ്ത്രീ പറയാൻ തുടങ്ങി,

"ഡോക്ടറെ ഞാൻ ഈ കുട്ടിയുടെ അമ്മയാണ്; പേര് രാജലക്ഷ്മി, ഇത് എന്റെ മകൾ ശ്രീലക്ഷ്മി... പ്രശ്നം..."

അവർ മകളെ നോക്കിയശേഷം ഡോക്ടറെയും നോക്കി...

സൂചന മനസ്സിലാക്കിയ ഡോക്ടർ വെളിയിലേക്ക് പോകാൻ മകളോട് ആംഗ്യം കാണിച്ചപ്പോൾ അവൾ പറഞ്ഞു,

"അതൊന്നും ശരിയാവില്ല, ഞാൻ കേൾക്കാതെ ഒരു പ്രശ്നവും ഇവിടെ പറയേണ്ട"

അവളുടെ വാക്കുകൾ കേട്ട ഡോക്ടർ പറഞ്ഞു,

"അമ്മക്ക് പലതും പറയാനുണ്ടാവും; അവർ പറയുന്നത് കേട്ടാലല്ലേ പ്രശ്നങ്ങൾ പരിഹരിക്കാൻ കഴിയുകയുള്ളൂ; മകൾക്ക് പറയാനുള്ളത് അമ്മയെ ഔട്ടാക്കിയശേഷം പറയാം"

അപ്പോഴേക്കും മുഖം ചുവന്ന്, ചുണ്ടുകൾ വിറച്ച്, ഡ്യൂപ്ലിക്കേറ്റ് ഭദ്രകാളിയായി മാറിയ മകളുടെ വായിലൂടെ വെടിയുണ്ട പോലുള്ള വാക്കുകൾ പുറത്തുചാടി,

"ഞാനറിയാത്ത ഒരു കാര്യവും ഇവിടെ പറയില്ല എന്ന് ആദ്യമേ പറഞ്ഞതാ, അങ്ങനെ എന്നെപ്പറ്റി പറയാൻ ഞാനൊട്ട് സമ്മതിക്കില്ല"

അവളുടെ ഭാവം കണ്ടപ്പോൾ പിടിവാശിക്ക് മുന്നിൽ ഡോക്ടർ പരാജയപ്പെട്ടു, ഒരു മനഃശാസ്ത്രജ്ഞനായിട്ടും പെണ്ണിന്റെ വാശിക്ക് മുന്നിൽ അടിയറവ് പറയുന്നത് പലപ്പോഴും പതിവാണ്. ഡോക്ടർ പറഞ്ഞു,

"ശരി, നിന്റെ ഇഷ്ടം പോലെയാവട്ടെ, എന്നാൽ അമ്മ പറഞ്ഞു തീരുന്നതുവരെ മകളും മകൾ പറഞ്ഞുതീരുന്നതു വരെ അമ്മയും ശബ്ദിക്കാൻ പാടില്ല, അങ്ങനെ സമ്മതിച്ചാൽ മാത്രമേ നിങ്ങളുടെ പ്രശ്നം കൺസൽട്ട് ചെയ്യുകയുള്ളൂ"

"ശരി സമ്മതിച്ചു"

രണ്ടുപേരും ഒന്നിച്ച് പറഞ്ഞതിനുശേഷം അമ്മ തുടർന്നു,

“എന്റെ ഡോക്ടറെ ഇവളെന്റെ മകളാണ്”

“അതൊരിക്കൽ പറഞ്ഞല്ലൊ, അതാണോ നിങ്ങളുടെ പ്രശ്നം?”

“അതാണ് ഞാൻ പറയുന്നത്, ഇവൾക്കിപ്പോൾ ധാരാളം വിവാഹാലോചനകൾ വന്നുകൊണ്ടിരിക്കയാ... മറ്റൊരു വീട്ടിൽ പോകേണ്ടവളല്ലേ, തീരെ അനുസരണയില്ല”

“അത് ഞാൻ...”

പെട്ടെന്ന് ഇടയ്ക്ക് കയറിയ മകളെ ഡോക്ടർ ഇടതുകൈ കാണിച്ച് തടഞ്ഞു.

“അമ്മക്ക് തുടരാം...”

“ഡോക്ടറേ, ആണായിട്ടും പെണ്ണായിട്ടും എനിക്ക് ആകെയുള്ളത് ഒരു മകളാണ്. ഭർത്താവ് വിദേശത്തായതുകൊണ്ട് വീട്ടിൽ ഞാനും ഇവളും മാത്രമേയുള്ളൂ. എന്നിട്ട്... എത്രയോ മാസങ്ങളായി ഈ കുട്ടി എന്നോട് സംസാരിക്കുന്നതേയില്ല. വീട്ടിൽ ജോലിക്കുവരുന്ന കല്ല്യാണിയമ്മയോട് എന്റെമോള് ചിരിച്ച് വർത്തമാനം പറയുന്നത് കാണുമ്പോൾ എനിക്കാകെയൊരു വിഷമം. ഞാനെന്ത് ചെയ്യും ഡോക്ടറേ?”

“എത്ര കാലമായി മകൾ അമ്മയോട് സംസാരിക്കാതായിട്ട്?”

“നേരാംവണ്ണം മിണ്ടിയിട്ട് ഏതാണ്ട് ആറുമാസമായി; പിന്നെ രണ്ടു വർഷമായി ഒരിക്കൽപോലും എന്നെ, ‘അമ്മെ’ എന്ന് വിളിച്ചിട്ടില്ല”

പെട്ടെന്ന്... മകൾ ചാടിയെഴുന്നേറ്റ് ശബ്ദമുയർത്തി പറയാൻ തുടങ്ങി,

“അതാണോ കാര്യം? ഈ അമ്മക്കെന്താ എന്നെ ‘മോളേ’ എന്നൊന്ന് വിളിച്ചാൽ... എന്നെ പ്രസവിച്ച അമ്മയല്ലേ ആദ്യം വിളിക്കേണ്ടത്?”

അമ്മയും ഡോക്ടറും ഒന്നിച്ച് ഞെട്ടി, വീണ്ടും വീണ്ടും ഞെട്ടി.

ഞെട്ടലിന്റെ ഒടുവിൽ ഡോക്ടർ അമ്മയോട് ചോദിച്ചു,

“അപ്പോൾ അമ്മയായ നിങ്ങൾ സ്വന്തം മകളെ ഇതുവരെ ‘മകളെ എന്നൊന്ന് വിളിക്കാതെ... പിന്നെന്താണ് വിളിച്ചത്?”

ഒരു നിമിഷം അമ്മയുടെ തല കുനിഞ്ഞു, അവർ ചിന്തിക്കാൻ തുടങ്ങി;

‘കുട്ടിക്കാലത്ത് പിച്ചവെച്ച് നടക്കുന്ന പ്രായത്തിനു ശേഷം എപ്പോഴെങ്കിലും മോളേ എന്ന് വിളിച്ചിട്ടുണ്ടോ?

മകൾ മുതിർന്നപ്പോൾ വിളിക്കുന്നത് പോയിട്ട് നേരാംവണ്ണം അവളോട് സംസാരിച്ചിട്ടുണ്ടോ?

പറയുന്നതെല്ലാം വാങ്ങിക്കൊടുത്തെങ്കിലും ഇത്തിരി സ്നേഹം അവൾക്ക് കൊടുത്തിട്ടുണ്ടോ?'

കുടുംബാംഗങ്ങൾ തമ്മിലുള്ള ആശയവിനിമയം തലയും വാലും ഛേദിച്ച വാക്കുകൾ മാത്രമായിട്ട് നാളുകൾ ഏറെയായി. വീട് എന്നത് അശാന്തിയുടെ താവളമായി മാറുകയാണ്.

എന്നാലും...

"നിങ്ങൾ വീട്ടിലായിരിക്കുമ്പോൾ വിളിക്കുന്നതുപോലെ ഇവിടെ വെച്ച് മകളെ വിളിച്ചാട്ടെ?"

ഡോക്ടറുടെ വാക്കുകൾ അമ്മയുടെ മർമ്മസ്ഥാനത്ത് പരിക്കേല്പിക്കാൻ തുടങ്ങി,

മകളെ വിളിക്കുന്നത് ശ്രീലക്ഷ്മി എന്നാണോ?

ലക്ഷ്മി എന്നാണോ?

ശ്രീ എന്നാണോ?

എടീ എന്നാണോ?

അടുത്തകാലത്ത് എപ്പോഴെങ്കിലും അവളെ വിളിച്ചിട്ടുണ്ടോ?

അമ്മക്ക് ആകെ സംശയം...

'വീട്ടിലെപോലെ ഇവിടെന്ന് എങ്ങിനെ വിളിക്കും??? വിളിക്കാറില്ലല്ലോ...'

ഒരക്ഷരംപോലും സംസാരിക്കാനാവാതെ തുറിച്ചുനോക്കിയ അമ്മയോട് ഡോക്ടർ പറഞ്ഞു,

"ഒരു മകൾക്ക് താങ്ങും തണലും ആവേണ്ടത് അവളുടെ അമ്മയാണ്. അവളുടെ എല്ലാ കാര്യങ്ങളും അമ്മ അറിയണം, അതെങ്ങനെയാ ഉള്ളനേരത്ത് കണ്ണീർ സീരിയൽ കാണാനും ഏഷണി പറയാനുമല്ലാതെ മകളെ നോക്കാനും സ്നേഹിക്കാനും നേരം കാണില്ലല്ലോ. ഇപ്പോൾ ഇവിടെവെച്ച് നിങ്ങൾ നിങ്ങളുടെ മകളെ ഉച്ചത്തിലൊന്ന് വിളിച്ചാട്ടെ"

"അത് പിന്നെ..."

ഡോക്ടർക്ക് ദേഷ്യം വരാൻ തുടങ്ങി, മറ്റുള്ളവരുടെ മനസ്സിനെ നിയന്ത്രിക്കുമെങ്കിലും സ്വന്തം മനസ്സ് നിയന്ത്രിക്കാൻ കഴിവില്ലാത്ത ഡോക്ടർ കണ്ണുരുട്ടിക്കൊണ്ട് ചോദിച്ചു,

"ഇത് നിങ്ങളുടെ മകളല്ലെ?"

"അതേ"

"ഈ നിമിഷം ഈ കുട്ടിയെ 'മകളേ' എന്ന് വിളിക്കുന്നോ? അതോ... ഞാൻ..."

ഭയന്നുപോയ അമ്മ ഇരിപ്പിടത്തിൽനിന്നും ഞെട്ടി എഴുന്നേറ്റു,

അവർ ഉച്ചത്തിൽ വിളിച്ചു,

"മോളേ..."

"അമ്മേ..."

മകൾ കൂടുതൽ ഉച്ചത്തിൽ അമ്മയെ വിളിച്ചതോടെ രണ്ടുപേരും എഴുന്നേറ്റ് ആവേശപൂർവ്വം ആലിംഗനം ചെയ്ത് ആനന്ദക്കണ്ണീരിൽ കുളിച്ചു.

പതുക്കെ റിലാക്സ് ചെയ്ത ഡോക്ടർ ദാസ് പുഞ്ചിരിക്കുന്ന നേരത്ത് ആ അമ്മയും മകളും വിളി തുടർന്നുകൊണ്ടേയിരുന്നു.

"മോളേ"

"അമ്മേ"

●

ഇരയുടെ വേദനകൾ

അസ്തമയസൂര്യന് പതിവിൽ കൂടുതൽ തിളക്കമുള്ളതായി മണികണ്ഠന് തോന്നി. ഇരുമ്പഴികൾക്കിടയിലൂടെ ഇങ്ങനെ നോക്കിയിരിക്കെ തിളങ്ങുന്ന സൂര്യൻ താഴോട്ട് കടലിലേക്ക് മുങ്ങി ഇല്ലാതാവുന്നത് കാണാൻ എന്തൊരു ഭംഗിയാണ്! അതോടൊപ്പം പരിസരം ആകെ മാറിമറിഞ്ഞു. അതുവരെ ചുറ്റും കൂടി ചിരിപ്പിക്കാനും കളിപ്പിക്കാനും സഹതപിക്കാനും തലോടാനുമായി കൂടിനിന്നവരെല്ലാം പെട്ടെന്ന് അപ്രത്യക്ഷരായി.

ഏറ്റവും ഒടുവിൽ...

ഇവിടേക്ക് വരാനിടയായ വാഹനവും അകലേക്ക് പോയി.

സാധാരണ കടൽത്തീരത്ത് സന്ധ്യമയങ്ങും നേരത്ത് ആളുകൾ കൂടിവരികയാണ് പതിവ്. പാറപ്പുറത്തും പൂഴിമണലിലും കടൽത്തിരകളിലും കളിച്ചുതിമർക്കുന്ന ചെറുതും വലുതുമായ മനുഷ്യർ, ഇരുട്ടിന് കട്ടികൂടി പരിസരം കാഴ്ചയിൽനിന്ന് മറയ്ക്കപ്പെടുമ്പോഴാണ് തിരിച്ചു പോകാറുള്ളത്. എന്നാൽ ഇവിടെ? മനുഷ്യരുടെത് മാത്രമല്ല; ഒരു ജീവിയുടെയും അനക്കം ഇല്ല. ദിവസേന കടപ്പുറത്ത് ഞണ്ടുകളെ തിന്നാനായി വരുന്ന കുറുക്കന്മാരുടെ ഓരിയിടൽ കേൾക്കാനാവാത്തവിധം അവരെല്ലാം എവിടെ പോയി? ചുറ്റുമുള്ള കാറ്റാടിമരങ്ങളുടെ സൂചിപോലുള്ള ഇലകളിൽ ഒന്നുപോലും ചലിക്കുന്നില്ല. ജീവനുള്ളതിന്റെ ലക്ഷണം ആകെയുള്ളത് സ്വന്തം കൂട്ടിനകത്ത് മാത്രം. തിരമാലകൾ പാറകളിൽ തല്ലിച്ചിതറുമ്പോൾ ഉയരുന്ന ശബ്ദം ഏകാന്തമായ ഇരുൾമൂടിയ അന്തരീക്ഷത്തിൽ ഭീകരമായ കൊലവിളിയായി തോന്നാൻ തുടങ്ങി.

അല്പസമയം മുൻപ് വരെ എന്തൊരു ബഹളമായിരുന്നു; തന്നെ കാണാനും ഓമനിക്കാനും എത്രപേരാണ് വന്നത്! ഈ മനുഷ്യരുടെ കാര്യങ്ങൾ എന്തൊക്കെയാണ്? ഭക്ഷണം തരാനും തലോടാനും

ആളുകൾക്ക് എന്തൊരു ആവേശമായിരുന്നു! ആദ്യത്തെ ചെറിയ കൂട്ടിൽനിന്നും വാതിൽ തുറന്നുവെച്ച ഈ വലിയ കൂട്ടിലേക്ക് മാറ്റു മ്പോൾ നരച്ച താടിരോമമുള്ള ഒരാൾ തലോടിയിട്ട് പറഞ്ഞു,

"നല്ലൊരു നായ്ക്കുട്ടി; ഏതായാലും ഇവനെ പുലിക്ക് തിന്നാൻ കൊടുക്കയല്ലേ, നമുക്കിവനൊരു പേരിടാം, മണികണ്ഠൻ"

അതുകേട്ടപ്പോൾ സാരിയുടുത്ത യുവതി അടുത്തുവന്ന് കൈനീട്ടി യിട്ട് പറഞ്ഞു,

"നാട്ടുകാർക്കു വേണ്ടി രക്തസാക്ഷിയാവാനാണ് ഇവന്റെ നിയോഗം"

'മണികണ്ഠാ'... എന്നുവിളിച്ച് വരുന്നവരോടെല്ലാം ചെറിയ മുറുമു റുപ്പോടെ കുരച്ചുകൊണ്ട് സന്തോഷം അറിയിച്ചു. അവസാനം ഒരാൾ മീനിന്റെ മണമുള്ള ചോറ് തന്നു. അപ്പോൾ അയാൾ പറഞ്ഞത് 'പട്ടിക്കുഞ്ഞിനുള്ള അവസാനത്തെ അത്താഴം' എന്നാണ്. അതെന്താ ണെന്ന് ഒരു പിടിയും കിട്ടിയില്ല, അതുപോലെ ഈ പുലി വരുന്നത് എന്തിനാണ്?

സന്ധ്യാസമയം അടുത്തപ്പോൾ ചുവന്ന പാവയുമായി വന്ന സുന്ദരിക്കുട്ടിക്ക് തന്നെ പിരിയാൻ വിഷമം. കരയുന്ന മകളെ പിടി ച്ചുവലിച്ച കാറിൽ കയറ്റുമ്പോൾ അവളുടെ അച്ഛൻ പറയുന്നത് കേട്ടു,

"ചാവാൻ പോകുന്ന പട്ടിക്കുട്ടിയെ നോക്കി നീയെന്തിനാ കരയു ന്നത്?"

എന്നിട്ടും അവൾ കരച്ചിൽ നിർത്തിയില്ല. ഒടുക്കം അച്ഛൻ സമാ ധാനിപ്പിച്ചു,

"ആ നായക്കുട്ടി നാളെ ജീവനോടെയുണ്ടെങ്കിൽ വീട്ടിലേക്ക് കൊണ്ടുപോവാം"

അയാൾ പറഞ്ഞത് കേട്ടപ്പോൾ സുന്ദരിക്കുട്ടിയെക്കാൾ സന്തോഷം തനിക്കായിരുന്നു. എന്ത് രസമായിരിക്കും അവളോടൊ ത്ത് ഓടിക്കളിക്കാൻ...

കടലിന്റെ ശബ്ദം അമ്മയുടെ ഓർമ്മകൾ ഉണർത്തി. ജനിച്ച ശേഷം കണ്ണ് തുറക്കുന്നതിനു മുൻപേ കേൾക്കുന്നതും ആദ്യമായി അറിഞ്ഞതും തിരമാലകളുടെ ശബ്ദമാണ്. തീരത്തെ പാറക്കെട്ടു കൾക്കിടയിൽ ഒളിച്ചിരിക്കുമ്പോൾ നാല് കുഞ്ഞുങ്ങളോടൊപ്പം അമ്മയും സുരക്ഷിതരായിരുന്നു. അമ്മയുടെ കണ്ണുവെട്ടിച്ച് വെളുത്ത പൂഴിമണലിൽ ഓടിക്കളിച്ച് തിരമാലകളിൽ ചവിട്ടി തിരികെ ഓടാൻ തുടങ്ങിയത് ഏതാനും ദിവസങ്ങൾക്ക് മുൻപാണ്. അമ്മ കൊണ്ടുവന്ന എല്ലിൻതുണ്ടുകളും ചത്ത കടൽമീനുകളും ഞണ്ടുകളും തിന്നാൻവേ ണ്ടി നാല് സഹോദരങ്ങളും മത്സരിച്ചു. അതുനോക്കി പാറപ്പുറത്ത്

കിടക്കുന്ന അമ്മയെ ഓർക്കുമ്പോൾ ഇപ്പോൾ കരച്ചിൽ വരുന്നു.

ഉച്ചക്കുമുൻപ് അമ്മ കൊണ്ടുവന്ന എല്ലിൻകഷ്ണം നക്കിത്തുടച്ച ശേഷം മുലപ്പാൽ കുടിച്ച് വയറു നിറഞ്ഞതോടെ ഉറങ്ങുന്ന അമ്മയെ ഉണർത്താതെ പാറക്കൂട്ടത്തിനിടയിൽ നിന്ന് നാലുപേരും പുറത്തിറങ്ങിയതാണ്. ഉച്ചവെയിലിന്റെ ചൂടുണ്ടെങ്കിലും ഓടിക്കളിക്കാൻ നല്ല രസം. മനുഷ്യന്മാരിൽ നിന്നും അകലം പാലിക്കാൻ പ്രത്യേകം ശ്രദ്ധിച്ചു. അച്ഛന്റെ കാല് അടിച്ച് പൊട്ടിച്ചതും താൻ ജനിക്കുന്നതിനു മുൻപെ അച്ഛനെ കൊന്നതും മനുഷ്യന്മാരാണെന്ന്, അമ്മ പറഞ്ഞു കേട്ടിട്ടുണ്ട്. എന്നാലും കാറിൽ വന്നവർ എറിഞ്ഞുതന്ന മധുരമുള്ള സാധനം തിന്നാതിരിക്കുന്നതെങ്ങനെ? അങ്ങനെ രസം പിടിച്ച് നാലുപേരും ചേർന്ന് കളിക്കുകയും തിന്നുകയും ചെയ്യുമ്പോൾ കൂട്ടത്തിൽ ഒരാൾ പറയുന്നത് കേട്ടു,

"പിടിക്കെടാ എല്ലാറ്റിനേം"

പിന്നെ ഒരോട്ടമായിരുന്നു...

എല്ലാവരും ചിതറിയോടി...

ഒടുവിൽ മനുഷ്യന്റെ പിടിയിൽ പെട്ടത് താൻ ഒരാൾ മാത്രം.

മറ്റുള്ളവർ രക്ഷപ്പെട്ടല്ലോ... അവരിപ്പോൾ അമ്മയുടെ ഇളം ചൂടിൽ ഉറങ്ങുകയാവാം. പിടിച്ചവരോട് ആദ്യം ദേഷ്യം തോന്നി ഒരു കടിവെച്ച് കൊടുത്തെങ്കിലും പിന്നീടവരെ ഇഷ്ടപ്പെട്ടു. മനുഷ്യർ എത്ര നല്ലവരാണെന്ന് അപ്പോഴാണ് മനസ്സിലായത്. ഒട്ടും വേദനിപ്പിക്കാതെ ചെറിയ കൂട്ടിലിട്ട അവർ തനിക്ക് കുടിക്കാൻ മധുരമുള്ള പാല് തന്നു. അപ്പോൾ കൂടെയുള്ള ഒരു മനുഷ്യൻ പറഞ്ഞു,

"ഈയൊരു പട്ടിക്കുട്ടി മതി... ഇവൻ വേണം നാട്ടുകാരെ രക്ഷിക്കാൻ"

പിന്നെയങ്ങോട്ട് വാഹനത്തിൽ വളരെദൂരം യാത്രചെയ്തപ്പോൾ എത്തിയത് പുതിയൊരു കടൽതീരത്തു തന്നെ. ഒരു പട്ടിക്കുട്ടിയായ തന്നെ കാണാൻ എത്ര മനുഷ്യരാ ഇവിടെ വന്നത്! തീരത്തെ കാറ്റാടി മരങ്ങൾക്കിടയിൽ, വാതിൽ തുറന്നുവെച്ച ഈ വലിയ കൂട്ടിൽ പട്ടിക്കുഞ്ഞിനെ കെട്ടിയിടുമ്പോൾ ജനങ്ങൾ തിങ്ങിനിറഞ്ഞു, മൊബൈലിന്റെയും ക്യാമറകളുടെയും ഫ്ലാഷുകൾ മിന്നി.

ഇതൊക്കെ എന്തിനാണെന്ന് ആരെങ്കിലും ഒന്ന് പറഞ്ഞു തന്നെങ്കിൽ?

ഇന്നലെ സന്ധ്യക്ക് അമ്മയുടെ കാലുകൾക്കിടയിൽ മാറിടത്തിലെ രോമത്തിന്റെ ചൂടിൽ ഉറങ്ങുമ്പോൾ ഒറ്റക്കായിരുന്നില്ല. ഇപ്പോൾ അരണ്ട വെളിച്ചത്തിൽ പരിസരം കാണാൻ കഴിയുന്നുണ്ടെങ്കിലും ഒറ്റക്കാണെന്ന ചിന്ത വന്നപ്പോൾ കരച്ചിൽ വന്നു. കഴുത്തിലെ ഈ

കുരുക്കൊന്ന് അഴിഞ്ഞെങ്കിൽ; മണം പിടിച്ച്, വന്ന വഴിയെ നടന്ന്, അമ്മയെ കണ്ടെത്താമായിരുന്നു.

ഇരുട്ടിനു കട്ടി കൂടിയപ്പോൾ പേടി കൂടിയതിനാൽ ഉറക്കം അകലുകയാണ്. കടലിൽ നിന്നുള്ള വെളിച്ചം കുറഞ്ഞതോടെ ശബ്ദവും കുറഞ്ഞുവരികയാണ്. കേൾക്കാനാരും ഇല്ലെങ്കിലും ഉച്ചത്തിലൊന്ന് കരയട്ടെ...

അങ്ങനെ കരച്ചിൽ കേട്ട് ആരെങ്കിലും വന്നാലോ?

കഴുത്തിലുള്ള ഈ കെട്ടൊന്ന് അഴിച്ചുതന്നാൽ രക്ഷപ്പെടാമല്ലോ...

അകലെ ചെറുതായ് എന്തോ മിന്നുന്നുണ്ടല്ലോ; ഒന്നല്ല രണ്ട് മിന്നാംമിനുങ്ങ് ഒന്നിച്ച് മിന്നുകയാണ്. അത് ഇങ്ങോട്ട് വരുന്നല്ലോ... ഇപ്പോൾ ശരിക്കും രണ്ട് തീക്കട്ടകൾ ഒന്നിച്ച് വരികയാണെന്ന് തോന്നുന്നു. പാറക്കൂട്ടങ്ങളിൽ വെച്ച് പരിചയപ്പെട്ട പൂച്ചകൾ രാത്രി നടക്കുമ്പോൾ അവരുടെ കണ്ണുകൾ ഇതുപോലെ മിന്നുന്നുണ്ടായിരുന്നു. എന്നാൽ പൂച്ചയുടെ കണ്ണ് ഇത്രേം വലുതായി മിന്നുകയില്ല. അല്ല, ആ തീക്കട്ടകൾ തന്റെ നേരെയാണല്ലോ വരുന്നത്!

ഒറ്റക്കിരുന്ന് പേടിച്ച തനിക്കേതായാലും ഒരു കൂട്ടായി...

ഹോ രക്ഷപ്പെട്ടു...

അടുത്തെത്തിയപ്പോഴാണ് തിക്കട്ടകളുടെ ഉടമയെ കണ്ടത്. വലിയ രണ്ട് കണ്ണുകളുടെ പ്രകാശത്തിൽ കറുത്ത പുള്ളികളുള്ള വലിയ ശരീരം കണ്ടപ്പോൾ ആകെ പേടിയാവുന്നു. നേരെ കൂട്ടിനകത്താണല്ലോ കയറുന്നത്; തന്നെ അഴിച്ചുവിട്ട് കൂടെ കൊണ്ടുപോകാനാവും.

"ഠപ്പ്"

പെട്ടെന്ന് വലിയകൂട് ആകെയൊന്ന് കുലുങ്ങി.

വാതിലടഞ്ഞല്ലോ;

ഈ കെണിയിൽനിന്നും ഇനിയെങ്ങനെ പുറത്തുപോകും?

അയ്യോ... ഇതെന്താണ്?...

കൂട്ടിൽ കയറിയവൻ വായതുറന്ന് വെളുത്തുകൂർത്ത പല്ലുകളുമായി തന്റെ നേരെ അടുക്കുന്നോ...

അയ്യോ... അമ്മേ... വേദന... ഇനി വയ്യാ...

●

സ്നേഹതീരത്ത്

ഭർത്താവിന്റെയും ചേട്ടന്റെയും കൈകളിൽ താങ്ങി അമ്മയോടൊപ്പം ആശുപത്രിയിൽനിന്ന് പുറത്തിറങ്ങിയ തന്നെ കാറിലേക്ക് എടുത്തുകയറ്റുമ്പോൾ മനസ്സിന്റെ തീവ്രമായ വേദനയാൽ കണ്ണിൽ ഇരുട്ട് കയറുന്നതായി തോന്നി. ജീവിതത്തിലെ എന്തെല്ലാം പുത്തൻ പ്രതീക്ഷകളാണ് ഒരു നിമിഷംകൊണ്ട് തകർന്നടിഞ്ഞത്? സ്വന്തം ശരീരത്തിനുള്ളിൽ ജീവന്റെ ജീവനായി വളരുന്ന, സ്വന്തം കുഞ്ഞായി വളരേണ്ട ഭ്രൂണത്തെ മുറിച്ചുമാറ്റിയിരിക്കുന്നു. എല്ലാം തകരുമ്പോൾ ഇനിയെന്തിന് ജീവച്ഛവമായി ജീവിക്കണം? എത്ര നിഷ്ഠൂരമായാണ് കൊടുംപാതകിയായ ഡോക്ടർ ഒരു ജീവനെ ഇല്ലാതാക്കിയത്? അതിനെല്ലാം കൂട്ട് നിന്നത് സ്വന്തം അമ്മയും!

ഏതാനും ദിവസം മുൻപ് ഭർത്താവിന്റെ സ്നേഹം കവിഞ്ഞൊഴുകിയ നേരത്ത് രൂപംകൊണ്ട കുഞ്ഞ് എന്തെല്ലാം പ്രതീക്ഷിച്ചിട്ടുണ്ടാവും? ഗർഭപാത്രം നൽകുന്ന സുഖശീതളമായ പട്ടുമെത്തയിൽ വളർച്ചയുടെ പടവുകൾ പിന്നിടുന്ന കുഞ്ഞുശരീരം വരാനിടയുള്ള അപകടമൊന്നും അറിഞ്ഞിരിക്കില്ല. ഒരു മനുഷ്യന് ഒരിക്കൽ മാത്രം ലഭിക്കുന്ന സുരക്ഷിതമായ സ്ഥാനത്ത് കിടന്നുറങ്ങി സ്വപ്നങ്ങൾ നെയ്യുന്ന ജീവനെ പെട്ടെന്നൊരു ദിവസം മൂർച്ചയുള്ള കത്തിയാൽ അമ്മയുടെ ശരീരത്തിൽ നിന്നും അടർത്തിമാറ്റി കൊല്ലുമ്പോൾ എത്ര അലറിക്കരഞ്ഞിരിക്കും?

വീട്ടിലേക്കുള്ള മടക്കയാത്രയിൽ ചുറ്റുമുള്ള വാഹനവ്യൂഹങ്ങളെ കാണുകയോ കേൾക്കുകയോ ചെയ്തില്ല. കളിപ്പാവയെപോലെ തലചായ്ച്ച് കിടക്കുമ്പോൾ കാതിലൊരു കുഞ്ഞിന്റെ കരച്ചിൽ തിരമാലകൾ കണക്കെ ഇരമ്പിമറിയുകയാണ്. ആ കുഞ്ഞിന്റെ ചോദ്യം കേട്ട് ഹൃദയം തകരുകയാണ്.

"അമ്മേ, എന്നെയെന്തിന് കൊന്നു? ജനിക്കുംമുൻപെ, ഈ ഭൂമിയിലെ ചൂടും വെളിച്ചവും കാറ്റും അറിയുന്നതിനു മുൻപെ എന്നെയെന്തിന് ഇല്ലാതാക്കി? ഇത്തിരി മുലപ്പാൽ കുടിച്ച് കൊതിതീർക്കും മുൻപെ എന്നോടെന്തിനീ പാതകം ചെയ്തു?"

ഭർത്താവിന്റെയും അമ്മയുടെയും ഇടയിൽ, അവർ തീർത്ത സുരക്ഷാവലയത്തിൽ ഇരിക്കുകയാണ്. കരഞ്ഞ് കണ്ണുനീർ വറ്റിയതിനാൽ നിശബ്ദമായി പൊട്ടിക്കരയാൻ ഏതാനും ദിവസങ്ങൾകൊണ്ട് പഠിച്ചുകഴിഞ്ഞു.

കല്ല്യാണം കഴിഞ്ഞ് നീണ്ട നാല് വർഷത്തെ കാത്തിരിപ്പിന്റെ ഒടുവിൽ ഉള്ളിലൊരു കുരുന്ന് ജീവൻ അവതരിക്കാൻ തുടങ്ങിയത് എത്ര ആനന്ദത്തോടെയാണ് അദ്ദേഹത്തോട് പറഞ്ഞത്! കേട്ടപ്പോൾ അദ്ദേഹം തന്നെയെടുത്ത് ആനന്ദനൃത്തം ചെയ്തത് ഇന്നലെയെന്ന പോലെ ഓർക്കുന്നു. പിന്നെയുള്ള നാളുകൾ; തനിക്കിഷ്ടപ്പെട്ടതെല്ലാം വാങ്ങിത്തരാൻ അദ്ദേഹത്തിന് എന്തൊരാവേശമായിരുന്നു!

ഓരോ ദിവസവും അനേകം തവണ പറയും,

"മോളേ നീയെന്റെ ജീവനാണ്, ആ ജീവന്റെയുള്ളിലെ ഞാൻ പുറത്ത് വരുന്ന നിമിഷം എണ്ണിത്തീർക്കുകയാണ്"

എന്നിട്ടും അമ്മയുടെ മുന്നിൽ തൊറ്റു പിന്മാറിയപ്പോൾ ആരും കാണാത്ത ഇരുണ്ട മൂലയിൽ പോയി അദ്ദേഹം പൊട്ടിക്കരഞ്ഞു.

ജനിച്ച നാൾതൊട്ട് വായിൽ വെള്ളിക്കരണ്ടിയും കളിക്കാൻ സ്വർണ്ണപ്പാവയും സുലഭമായിരുന്നു. ആങ്ങളമാർക്ക് പൊന്നനുജത്തിയായി അമ്മക്കും അച്ഛനും കണ്മണിയായി; സ്വർണ്ണകാന്തി വിതറിയിട്ട് അനിയത്തിപ്രാവ് അവർക്കിടയിൽ പറന്ന് കളിച്ചിരുന്നു. പക്ഷെ സന്തോഷത്തിൽ അസൂയമൂത്ത വിധിയുടെ കെണിയിൽ സ്വർണ്ണച്ചിറകുകൾ നിശ്ചലമായി.

കാലുകൾ തളർന്ന് നടക്കാൻ പറ്റാത്ത മകൾക്ക് കിട്ടാവുന്നതിൽ ഏറ്റവും മികച്ച ചികിത്സചെയ്തിട്ടും ഫലമൊന്നും കണ്ടില്ല. അങ്ങനെ ഊന്നുവടിക്കും ചക്രക്കസേരക്കും ഒപ്പം അച്ഛനും അമ്മയും സഹോദരങ്ങളും അവൾക്ക് താങ്ങായി മാറി. സ്നേഹമയനായ മറുവാക്ക് പറയാനറിയാത്ത ഒരു ഭർത്താവിനെ അവൾക്കായി വിലകൊടുത്ത് വാങ്ങി. അംഗവൈകല്യമുള്ള പെൺകുട്ടിക്ക് ഇതിൽ കൂടുതലായി എന്താണ് സ്വന്തം വീട്ടുകാർക്ക് നൽകാൻ കഴിയുക...

ദിവസങ്ങൾക്കുശേഷം അമ്മയാവാനുള്ള പ്രതീക്ഷക്കു മുന്നിൽ അവളാകെ തകർന്നു. പരിശോധനകൾക്കൊടുവിൽ ഡോക്ടർമാർ അവസാന വിധിയെഴുതി.

'ഗർഭപാത്രത്തിൽ കുഞ്ഞ് വളരുന്നത് അമ്മയുടെ ജീവന് അപകടമാണ്'

അപ്പോൾ,

അത് സംഭവിക്കും. ഉള്ളിൽ രൂപംകൊണ്ട, വളർന്നുകൊണ്ടിരിക്കുന്ന കുഞ്ഞ് ജനിക്കുന്നതിനുമുൻപ് തന്റെ മരണം ഉറപ്പ്.

കാര്യം അറിഞ്ഞപ്പോൾ അമ്മ അഭിപ്രായം പറഞ്ഞു,

"എന്നാലിനി വെച്ച് താമസിപ്പിക്കേണ്ട, പെട്ടെന്ന്തന്നെ എടുത്തുകളയണം"

"എന്റെ അമ്മയാണോ പറയുന്നത്? ഇങ്ങനെ പറയാൻ അമ്മക്കെങ്ങിനെ തോന്നി?"

"പിന്നെ നിനക്ക് അപകടം പറ്റിയിട്ട് ഒരു കുഞ്ഞുണ്ടാവാൻ ഇവിടെയാരും അനുവദിക്കില്ല"

അമ്മയുടെ തീരുമാനത്തിനു മാറ്റമില്ലെന്നറിയാം. എങ്കിലും വിട്ടുകൊടുത്തില്ല. വിളിച്ചു പറയുകതന്നെ ചെയ്തു,

"എനിക്കൊരു കുട്ടിയുണ്ടാവുന്നതിനെ ഇല്ലാതാക്കാൻ ഞാനൊരിക്കലും സമ്മതിക്കില്ല"

"ഇക്കാര്യം നിന്റെ ഇഷ്ടത്തിനു വിടുന്ന പ്രശ്നമില്ല"

ദേഷ്യപ്പെട്ട് പുറത്തുപോകുന്ന അമ്മ അദ്ദേഹത്തെയും ചേട്ടനെയും വിളിച്ചു.

അകത്ത് അഭ്യന്തര ചർച്ച നടക്കുന്നുണ്ടാവണം. അമ്മ അങ്ങനെയാണ് മറ്റുള്ളവരുമായി കാര്യങ്ങൾ ചർച്ചചെയ്യും; ഒടുവിൽ അമ്മയുടെ തീരുമാനം മാത്രം നടക്കും. എന്നാൽ ഇത് തന്റെ സ്വന്തം കാര്യമാണ്, വിട്ടുകൊടുത്താൽ പിന്നെയെന്തിന് ജീവിക്കണം?

കരഞ്ഞ് തളർന്ന തന്നെ സമാധാനിപ്പിക്കാനെന്നപോലെ മൂത്ത ചേട്ടൻ അരികിൽ വന്നു. തലയിൽ പതുക്കെ തലോടിക്കൊണ്ട് അദ്ദേഹം പറഞ്ഞു,

"മോളേ, നിന്റെ സുഖത്തിനു വേണ്ടതെല്ലാം ഞങ്ങൾ ചെയ്തുതന്നിട്ടില്ലേ? ഇതുവരെ നിനക്കെതിരായി എന്തെങ്കിലും ചെയ്തിട്ടുണ്ടോ?"

"ഇല്ല"

"അങ്ങനെയുള്ള നീയില്ലാതെ ഞങ്ങൾക്കാർക്കും ജീവിക്കാനാവില്ല. അതുകൊണ്ട്..."

"അതുകൊണ്ട് എനിക്ക് പിറക്കാനിരിക്കുന്ന കുഞ്ഞിനെ കൊല്ലാനോ? അതാവില്ല"

"വേണ്ട, നിന്റെ ഇഷ്ടം അതാണെങ്കിൽ ആ കുഞ്ഞ് ജനിച്ചോട്ടെ; പക്ഷെ നിന്റെ കാര്യം ആലോചിച്ചിട്ടുണ്ടോ?"

"എനിക്ക് ഒരു കുട്ടി ഉണ്ടാവാൻവേണ്ടി മരിക്കാൻപോലും ഞാൻ തയ്യാറാണ്. എനിക്ക് എന്റെ ജീവനെക്കാൾ വലുത് എന്റെ കുഞ്ഞാണ്"

ഒരു കുഞ്ഞ് പിറന്നു കാണാനുള്ള ആവേശത്താൽ ഉച്ചത്തിൽ പറയുന്നത് കേട്ടുകൊണ്ടാണ് അമ്മ അകത്തേക്ക വന്നത്. അവർ ശബ്ദം താഴ്ത്തി ചോദിച്ചു,

"പ്രസവിക്കുന്നസമയത്ത് നിനക്ക് അപകടം പറ്റിയാൽ കുട്ടിയെ ആര് നോക്കും?"

"അത് കുട്ടിയുടെ അച്ഛനും നിങ്ങളും ഒക്കെയുള്ളപ്പോൾ പൊന്നുപോലെ നോക്കുല്ലെ?"

മകളിൽ നിന്നും അങ്ങനെയൊരു മറുപടി കേട്ടപ്പോൾ അമ്മയുടെ തനിരൂപം പ്രകടമായി,

"നീയില്ലാതെ നിന്റെ സന്തോഷം കാണാതെ ഇവിടെയാർക്കും നിന്റെ കുഞ്ഞിനെ വേണ്ട. ഒരു കുഞ്ഞ് ജനിക്കാൻ വേണ്ടി നീ മരിക്കുകയാണെങ്കിൽ ആ കുഞ്ഞിനെ ഞങ്ങൾ ഒരിക്കലും വളർത്തുകയില്ല. നിന്റെ കുഞ്ഞിന്റെ അമ്മൂമ്മയാവാൻ ഞാൻ തയ്യാറല്ല"

കോടുങ്കാറ്റ് പോലെ അമ്മ പുറത്തേക്ക് പോയപ്പോൾ ലോകം മുഴുവൻ തനിക്ക് ചുറ്റും കറങ്ങുന്നതായി തോന്നി. ഒന്നും മിണ്ടാതെ വെറും പ്രേക്ഷകനായി [illegible]ന്റെ മടിയിൽ തലചായ്ച്ച് ഏറെനേരം കരഞ്ഞു.

ഓടിക്കൊണ്ടിരുന്ന വാഹനം പെട്ടെന്ന് നിശ്ചലമായി; മുന്നിലും പിന്നിലും വാഹനവ്യൂഹം, ട്രാഫിക്ക് ബ്ലോക്ക്. ഡ്രൈവിങ്ങ് സീറ്റിലുള്ള ചേട്ടൻ മ്യൂസിക്ക് സിസ്റ്റം ഓൺ ചെയ്തു; ഭക്തിഗാനം പതുക്കെ ഒഴുകിയെത്തി.

"അമ്മാ വല്ലതും തരണേ..."

ശബ്ദത്തോടൊപ്പം ഉണങ്ങിമെലിഞ്ഞ ഒരു കൈ അകത്തേക്ക് നീണ്ടു,

"പോ, പോ, കാറിനകത്ത് കൈനീട്ടുന്നോ?" അമ്മ ആ കൈ തട്ടിമാറ്റി.

വണ്ടി മുന്നോട്ടെടുത്തപ്പോൾ ആ മനുഷ്യരൂപത്തെ നോക്കി. വെറും എല്ലും തോലും മാത്രമായി മാറി മുഷിഞ്ഞുകീറിയ വസ്ത്രം ധരിച്ച ആ സ്ത്രീയുടെ കൈയിലുള്ള കുഞ്ഞിനെ കണ്ടപ്പോൾ കാറിനകത്തെ തണുപ്പിലും വിയർത്തുകുളിച്ചു. പെട്ടെന്ന് ഒരു കാര്യം ഓർത്തു; വരാൻനേരത്ത് ഡോക്ടർ പറഞ്ഞ പ്രതീക്ഷയുണ്ടാക്കുന്ന കാര്യങ്ങൾ. തനിക്കു വേണ്ടി തന്റെ കുഞ്ഞ് മറ്റൊരാളുടെ ശരീരത്തിൽ വളരുക,

ടെസ്റ്റ്ട്യൂബ് ശിശു. പണം ചെലവാക്കിയാൽ തനിക്ക് അപകട മില്ലാതെ ഒരു കുഞ്ഞിനെ നേടാനുള്ള എളുപ്പമാർഗം. അല്ലെങ്കിൽ ജനിച്ച ഉടനെയുള്ള ഒരു കുഞ്ഞിനെ ദത്തെടുക്കണം.

അത് വേണ്ട ദത്തെടുത്ത് അന്യന്റെ കുഞ്ഞിനെ വളർത്തേണ്ട.

പരിസരബോധം വന്നപ്പോൾ സ്വന്തം വീടിന്റെ ഗെയ്റ്റ് കടക്കു കയാണ്. പതിവുപോലെ അപ്പോഴും ആ പേര് കണ്ണിലുടക്കി... സ്നേഹതീരം. വീടിന് ആദ്യമുണ്ടായിരുന്ന പഴഞ്ചൻ പേര് മാറ്റി പുതിയൊരു പേര് നിർദ്ദേശിച്ചത് അമ്മയാണ്. ശരിക്കും ഇതൊരു സ്നേഹതീരമാണെന്ന് അനുഭവിച്ചവർക്ക് അറിയാനാവും. മുറ്റത്ത് നിർത്തിയ കാറിന്റെ ഡോർ തുറന്നയുടനെ ഏട്ടന്മാരുടെ കുട്ടികൾ ഓടിവന്നു, അഞ്ചുപേരുണ്ട്, അവർ വിളിച്ച് കൂവി,

"ആന്റി വന്നേ..."

ഏട്ടന്മാരും നാത്തൂന്മാരും കുട്ടികളും ചുറ്റും വന്ന്പൊതിഞ്ഞു. സഹോദരന്മാർ ചേർന്ന് നിലം തൊടീക്കാതെ അകത്തുള്ള സോഫയിൽ എടുത്തിരുത്തി. കുട്ടികളെല്ലാം ചുറ്റിനിന്ന് വിശേഷ ങ്ങൾ തിരക്കുകയാണ്,

"ആന്റി എവിടെയാ പോയത്? ഞങ്ങൾക്ക് ധാരാളം പറയാനു ണ്ട്?"

കുട്ടികൾ നിർത്താതെ സംസാരിക്കുകയാണ്. ഏറ്റവും ചെറി യവൾക്ക് രണ്ട് വയസ്സ്; മുതിർന്നവൾക്ക് പതിനാല്. എല്ലാവരും ഒത്തുചേർന്നാൽ എന്നും ആഘോഷം തന്നെ...

ഒരു പാവകണക്കെ നിശ്ചലമായ തന്നെ സന്തോഷിപ്പിക്കാൻ പാടുപെടുന്ന ബന്ധുക്കളെ നിർവികാരയായി നോക്കിയിട്ട് അല്പസ മയം കിടന്നു. അപ്പോൾ ഗ്ലാസ്സിൽ തനിക്കിഷ്ടപ്പെട്ട പൈനാപ്പിൾ ജ്യൂസുമായി ഏടത്തിയമ്മ മുറിയിലേക്ക് വന്നു,

"യാത്രചെയ്ത് നല്ല ക്ഷീണം കാണും; നന്നായി തണുപ്പിച്ചതാ, വേഗം കുടിക്ക്"

കിടക്കയിൽനിന്നും താങ്ങിയിരുത്തിയശേഷം ഒരു കൊച്ചുകുട്ടി യോടെന്നപോലെ പറഞ്ഞുകൊണ്ട് ഗ്ലാസ്സ് കൈയിൽ തന്നു.

കുടിച്ചപ്പോൾ നല്ല തണുപ്പ് തോന്നി; ചൂടുപിടിച്ച ചിന്തകൾക്കും അല്പം ശമനം ഉണ്ടായി.

തൊട്ടടുത്ത് അദ്ദേഹം വന്നിരുന്ന് എന്തോ പറയാൻ ശ്രമിച്ചെങ്കിലും വാക്കുകൾ പുറത്തുവരാതെ ഉള്ളിലേക്കുതന്നെ ഒതുക്കി. കൈപിടിച്ച് നിശബ്ദമായി കണ്ണീരൊഴുക്കുന്ന അദ്ദേഹത്തെ നോക്കിയപ്പോൾ പൊട്ടിക്കരയാൻ തോന്നി. ഒരു നിമിഷം പലതും ചിന്തിച്ചു, 'തന്നെ

ജീവനെപ്പോലെ സ്നേഹിച്ച മരിച്ചുപോയ അച്ഛന്റെ അതേസ്വഭാവമുള്ള ഭർത്താവ്. അമ്മയെ വിമർശ്ശിക്കാത്ത, അമ്മയോട് എതിർത്തൊരു വാക്കുപോലും പറയാത്ത അച്ഛനെപ്പോലെ അദ്ദേഹവും സ്വന്തം ഭാര്യയുടെ ഇച്ഛാനുസരണം ജീവിക്കുകയാണ്. ആ സ്നേഹത്തിനു പകരമായി ഒരു കുഞ്ഞിനെ നൽകാൻ തനിക്ക് കഴിയുമോ?

ഡോക്ടർ പറഞ്ഞ ടെസ്റ്റ്ട്യൂബ് ശിശുവിന്റെ കാര്യം അപ്പോൾ ഓർമ്മവന്നു...

പേരമക്കളുടെ അകമ്പടിയോടെ അമ്മ അകത്തേക്ക് വന്ന് സമീപം ഇരുന്നു. അമ്മയുടെ കൈപിടിച്ച് പൊട്ടിക്കരഞ്ഞപ്പോൾ ആശ്വസിപ്പിക്കാൻ ഏറെ പ്രയാസപ്പെടുന്നത് കണ്ടപ്പോൾ കൊച്ചുമകൾ ചോദിച്ചു,

"അമ്മൂമ്മെ, ഈ ആന്റിയെന്താ നമ്മുടെകൂടെ വരാതെ കിടന്ന് കരയുന്നത്?"

"മോളേ ഇനി ആന്റിക്ക് കരയാൻ മാത്രമാണ് യോഗം"

ബാക്കി പറയാൻ അമ്മ അനുവദിച്ചില്ല. സ്നേഹത്തിന്റെ ഭാഷയിൽ കൈപിടിച്ചുകൊണ്ട് അവർ പറഞ്ഞു,

"ഇങ്ങനെ കരഞ്ഞാലെങ്ങനെയാ? എന്റെ മോൾ വിശ്രമിക്കേണ്ട സമയമാണ്; നന്നായി ഭക്ഷണം കഴിക്കണം. പിന്നെ കഴിഞ്ഞതൊന്നും ചിന്തിച്ച് ആരോഗ്യം കളയേണ്ട, കേട്ടോ"

കരച്ചിൽ ഒതുക്കിക്കൊണ്ട് അവൾ പറഞ്ഞു,

"അമ്മേ, ഇനി എനിക്കൊരു കുഞ്ഞ്?"

മകളെ ആദ്യമായി കാണുന്നമട്ടിൽ കുറച്ചുനേരത്തേക്ക് അമ്മ തുറിച്ചുനോക്കി. കൺകോണിൽനിന്നും മുത്തുമണികളായി ഏതാനും കണ്ണുനീർത്തുള്ളികൾ താഴോട്ട് പതിച്ചു. മകളുടെ സുന്ദരമായ മുഖം തലോടിക്കൊണ്ട് അമ്മ പറഞ്ഞു,

"എന്റെ പൊന്നുമോളേ; നീ കൂടെയില്ലാതെ എനിക്ക് ജീവിക്കാനാവില്ല. നിന്റെ സ്വന്തം ആങ്ങളമാരുടേതായ ഈ കുഞ്ഞുമക്കളുടെ കൂട്ടത്തിൽനിന്ന് നിനക്കിഷ്ടപ്പെട്ട ഒന്നോ രണ്ടോ പേരെ സ്വന്തം കുഞ്ഞിനെപ്പോലെ വളർത്താനായി വിട്ടുതന്നിട്ട് നിനക്ക് വേണ്ടതെല്ലാം ഞാൻ ചെയ്യാം. അല്ലാതെ എന്റെ മകള്, മറ്റൊന്നിനെക്കുറിച്ചും ചിന്തിക്കരുത്..."

അമ്മ എത്ര സമർത്ഥമായി കണക്കുകൂട്ടിയാണ് കാര്യങ്ങൾ നടത്തുന്നത്! ഇങ്ങനെയൊരമ്മയുടെ മകളായി പിറന്നതിൽ അവൾക്ക് അഭിമാനം തോന്നി. ആ മാറിൽ തലചായ്ച്ചുകൊണ്ട് കെട്ടിപ്പിടിച്ച് കരഞ്ഞപ്പോൾ എന്തൊരു ആശ്വാസം.

സ്നേഹിക്കാനും സ്നേഹിക്കപ്പെടാനുമായി തനിക്കുചുറ്റും ഇഷ്ടം പോലെ ബന്ധുക്കളുള്ള കാലത്തോളം ജീവിതം സുരക്ഷിതം. സ്വന്തം പരിമിതികൾ തിരിച്ചറിഞ്ഞ നിമിഷം പുതിയ തീരുമാനം എടുത്തു...

'ഈ സ്നേഹതീരത്ത് തന്നെ സ്നേഹിക്കുന്നവരുടെ ഇടയിൽ വളരെക്കാലം ജീവിക്കണം. ഇവിടെയുള്ള കുഞ്ഞുങ്ങളുടെ ഇടയിൽ ജീവിക്കുമ്പോൾ ജീവന്മരണ പരീക്ഷണം നടത്തിയിട്ട് ഇനിയെന്തിനാണ് സ്വന്തമായി ഒരു കുഞ്ഞ്?'

●

അയാൾ വന്നപ്പോൾ

പുലരാൻനേരത്തെ സുഖകരമായ തണുത്ത അന്തരീക്ഷത്തിൽ നിദ്രയിൽനിന്നും ഉണരുന്നതിനുമുൻപ് കോളിംഗ്ബെൽ കേട്ടപ്പോൾ അജയന് ദേഷ്യംവന്നു. സലിഷ അടുക്കളയിലായിരിക്കും... ഭർത്താവ് വീട്ടിലുള്ളപ്പോൾ വെളിയിൽ ആകാശം ഇടിഞ്ഞുവീണാലും അന്വേഷിക്കാത്ത സ്വഭാവമാണ് അവളുടേത്. ഏതായാലും വീട്ടിൽ വരുന്നവരെ സ്വീകരിക്കേണ്ടത് ഗൃഹനാഥന്റേയും കടമയാണല്ലോ, എഴുന്നേറ്റ് വാതിൽ തുറന്നുകളയാം. നൈറ്റ്ഡ്രസ് മാറ്റിയതിനുശേഷം മുടിചീകി തിരിഞ്ഞുനടക്കുമ്പോഴാണ് ഉറങ്ങുന്ന മകളെ ശ്രദ്ധിച്ചത്. അല്പസമയം കൂടി ഉറങ്ങട്ടെ; ഇന്ന് അവൾക്കും അവധിയാണല്ലോ...

രാവിലെതന്നെ വിളിച്ചുണർത്തുന്നത് ആരായിരിക്കും? പണം തരാൻ വരുന്ന ബംഗാളി ആവാനാണ് സാദ്ധ്യത. തലേദിവസം കടംവാങ്ങിയത് തിരിച്ചുതരാനായി അതിരാവിലെ വരുന്ന അയാൾ നല്ലൊരു കണിയായി തോന്നാറുണ്ട്. സ്വീകരണമുറിയിലെത്തി പതുക്കെ വാതിൽതുറന്ന് വെളിയിലേക്ക് നോക്കിയപ്പോൾ ആകെയൊരു ഞെട്ടൽ...

വിശ്വാസം വരാതെ വീണ്ടും നോക്കിയപ്പോൾ അജയൻ ശരിക്കും ഞെട്ടി; ഒപ്പം കാലിൽ നിന്നും ആരംഭിച്ച വിറയൽ മുകളിലോട്ട് ഉയർന്ന് തലയിൽ പടർന്ന് കയറിയപ്പോൾ, ഒരുനിമിഷം...

പഞ്ചേന്ദ്രിയങ്ങൾ പ്രവർത്തനരഹിതമായി.

'അത് അയാൾ, അയാൾ തന്നെ!'

ഞെട്ടലിൽനിന്നും മോചനം നേടുന്നതിനുമുൻപ് വിളികേട്ടു,

"മോനേ?..."

അജയന്റെ നാവ് വരണ്ടു; വാക്കുകൾക്കായി വിഷമിക്കുമ്പോൾ വീണ്ടും കേട്ടു,

"മോനേ, ഞാനൊരുതെറ്റും ചെയ്തിട്ടില്ല; ഈ പാവ കൊച്ചുമോൾക്ക്

കൊടുക്കണം, ആറാം പിറന്നാൾ നാളെയാണല്ലോ... മോളെയൊന്നു കാണാനാ ഞാൻ വന്നത്"

അജയൻ നടക്കുകയല്ല, ഓടുകയായിരുന്നു. ഞെട്ടിവിറച്ചുകൊണ്ട് അടുക്കളയിലെത്തി നിലത്തിരുന്ന് കിതക്കുന്ന ഭർത്താവിന്റെ ഭാവമാറ്റം കണ്ടപ്പോൾ സലിഷ ഞെട്ടി,

"എന്താ പറ്റിയത്?"

കിതച്ചുകൊണ്ട് വെള്ളംകുടിക്കുന്ന ഭർത്താവിനോട് അവൾ ചോദിച്ചു,

"ആരാണ്?, ആരാ വന്നത്?"

"അത് അയാളാണ്, എന്റെ അച്ഛൻ"

"അച്ഛനോ? അത് ജെയിലിലല്ലേ? ജീവപര്യന്തം എന്നുപറഞ്ഞിട്ട്?"

അജയന് മിണ്ടാൻ കഴിഞ്ഞില്ല, മൌനം അവളെയാകെ ഭയപ്പെടുത്തി,

"എനിക്കാകെ പേടിയാവുന്നു... അയാളെങ്ങനെയാ ഇവിടെ വന്നത്? അങ്ങ് നാട്ടിലെ ജെയിലിൽ കിടക്കുന്ന ആളെങ്ങനെയാ നമ്മുടെവീട് കണ്ടുപിടിക്കുന്നത്? നിങ്ങൾക്ക് തോന്നിയതാവും"

അപ്പോഴാണ് അജയൻ ഓർത്തത്,

നാടും വീടും മാത്രമല്ല, നാട്ടുകാരെയും വീട്ടുകാരെയും ഉപേക്ഷിച്ചിട്ട് വർഷങ്ങൾ കുറേയായി. ഇങ്ങനെയൊരാൾ കുടുംബവുമായി ഇവിടെ ജീവിച്ചിരിപ്പുണ്ടെന്ന് സ്വന്തം സഹോദരി ഒഴികെ ബന്ധുക്കൾക്കോ ജനിച്ചുവളർന്ന നാട്ടിലുള്ളവർക്കൊ അറിയില്ല. അവളാണെങ്കിൽ മറ്റൊരു നാട്ടിൽ ഭർത്താവും മക്കളുമായി തന്നെപ്പോലെ ഒളിച്ചുജീവിക്കുന്നു എന്നുപറയാം. പിതാവ് കൊലപാതക കേസ്സിൽ ശിക്ഷിക്കപ്പെട്ട് ജയിലിൽ കഴിയുമ്പോൾ മാന്യരായി ജീവിക്കുന്ന മക്കൾ വീടും നാടും ഉപേക്ഷിക്കുകയല്ലാതെ പിന്നെന്തു ചെയ്യാനാണ്! കൊലപാതകം മാത്രമാണോ?

അതിക്രൂരമായ പീഡനത്തിനുശേഷം നടത്തിയ കൊലപാതകം...

എന്നിട്ടും... ആകെ സംശയമായി,

"അയാളെങ്ങനെ, ഈ വീട് കണ്ടുപിടിച്ചു?"

"അതുതന്നെയാ ഞാനും ചോദിക്കുന്നത്? അയാളെങ്ങനെയാ ജെയിലിന്ന് പുറത്തുവന്നത്? അത് അയാൾ തന്നെയാണെന്ന് ഉറപ്പുണ്ടോ?"

"അതുശരിയാണല്ലോ, ഞാനൊന്നുകൂടി നോക്കട്ടേ"

"പിന്നെ അകത്തേക്ക് ഇങ്ങോട്ടൊന്നും കയറ്റല്ലേ"

നിർവികാരനായി എഴുന്നേറ്റ് സ്വീകരണമുറിയിൽ കടന്ന് ജനാലയിലൂടെ സ്വന്തം പിതാവിനെ ഒളിഞ്ഞുനോക്കാൻ തുടങ്ങിയപ്പോൾ

അജയന് ഓർമ്മവന്നത് കുട്ടിക്കാലത്ത് അച്ഛനും മകനും ചേർന്ന് ഒളിച്ചുകളിക്കുന്നതാണ്. അമ്മയുടെ പിന്നിൽ ഒളിച്ചിരിക്കുമ്പോൾ തന്നെതേടി നടക്കുന്ന അച്ഛനെ, പിന്നിലൂടെവന്ന് ഒച്ചയാക്കി ഭയപ്പെടുത്തുന്നത് ഓർത്തെടുത്തു. കാലമെത്ര മാറിയാലും മായതെ മനസ്സിൽ പതിഞ്ഞ ഓർമ്മകൾക്ക് എന്തൊരു രസമാണ്. ആ മനുഷ്യൻ തന്നെയാണ് വീടിന്റെ വരാന്തയിൽ ഇരിക്കുന്നത്. ജീവനില്ലാത്ത പാവയെപ്പോലെ മറ്റൊരു പാവയെ ഇടതുകൈയിൽ പിടിച്ച് വരാന്തയിൽ ഇരിക്കുന്ന അയാൾ ആകെ മാറിയിട്ടുണ്ട്. തലയിൽ ഒരൊറ്റ മുടിയും ഇല്ലാത്ത ആ മനുഷ്യൻ അകലേക്ക് നോക്കി ഇരിക്കുമ്പോൾ കളിമണ്ണിൽതീർത്ത പ്രതിമയെപോലെ തോന്നിച്ചു. ഇങ്ങനെയുള്ള ആളാണൊ കൊച്ചുകുഞ്ഞിനെ കൊന്നത്? ഇയാൾക്ക് എങ്ങനെ തോന്നി? ആരെങ്കിലും ചതിച്ചതാണോ? ഏതായാലും അറിയപ്പെടുന്നത് കൊലപാതകി എന്നുതന്നെ...

പറക്കമുറ്റാത്ത കൊച്ചുകുഞ്ഞിനെ പീഡിപ്പിച്ചുകൊന്ന ദുഷ്ടൻ...

വിറയാർന്ന പാദങ്ങളുമായി പിൻവാങ്ങുമ്പോൾ അജയന്റെ ഉള്ളിൽ കുട്ടിക്കാലം കടന്നുവന്നു. തന്നെയും അനിയത്തിയെയും ഇരുചുമലിലും കയറ്റിയിട്ട് ഉത്സവം കാണാൻ പോയ നാളുകൾ. വഴിയിൽ ഒറ്റപ്പെട്ടുപോയ ഏതോ കുട്ടിയുടെ രക്ഷിതാവിനെ കണ്ടെത്താൻ മൈക്കിലൂടെ അനൗൺസ് ചെയ്ത അച്ഛൻ... ഇപ്പോൾ എന്തെ ഇങ്ങനെ???

ഈ മനുഷ്യൻ കാരണമല്ലെ സ്നേഹമയിയായ അമ്മ ഹൃദയംതകർന്ന് മരിച്ചത്!

ഭർത്താവ് കൊലപാതക പ്രതിയാണെന്ന് അറിഞ്ഞാൽ ഭാര്യക്ക് സഹിക്കാൻ കഴിയുമോ?

പോലീസും കോടതിയും ചേർന്ന് തെളിവുകൾ നിരത്തുന്ന ആൾ നിരപരാധിയാണെന്ന് ആരെങ്കിലും വിശ്വസിക്കുമോ?

അടുക്കളയിൽ എത്തിയപ്പോൾ സലിഷ ഫോൺ ചെയ്യുകയാണ്. ആരോടായിരിക്കും?

അവളാകെ പേടിച്ചിരിക്കയാണ്.

"ഞാൻ അമ്മുവിനെ വിളിച്ചതാ, ഇതാ മൊബൈൽ..."

ഏതുകാര്യവും നാത്തൂനോടാണ് അവൾ പറയുന്നത്, അമ്മുവിനെ അറിയിക്കേണ്ടായിരുന്നു,

"അമ്മു, മോളേ... ഏട്ടനാ,"

"ഏട്ടാ, അയാൾ"

"അത് അയാൾ തന്നെ... നമ്മുടെ തന്ത..."

"അയ്യോ... ജീവപര്യന്തം എന്നുപറഞ്ഞിട്ട്, എനിക്കാകെ

പേടിയാവുന്നു. അനിക്കുട്ടന്റെ അച്ഛനെങ്ങാനും അറിഞ്ഞാൽ"

"നീ പേടിക്കേണ്ട, അയാൾക്ക് നിന്റെ വീടൊന്നും അറിയില്ലല്ലോ"

"ഏട്ടന്റെ വീട് പരിചയമുള്ളതുകൊണ്ടാണോ അവിടെ വന്നത്?"

അജയനൊന്ന് ഞെട്ടി. ഓഫീസ് മാറുന്നതിനനുസരിച്ച് പലതവണ വീട് മാറിയതാണ്. അതോടൊപ്പം ഫോൺ നമ്പറും ഇടയ്ക്കിടെ മാറ്റി യിട്ടുണ്ട്. നാട്ടിലാർക്കും അറിയാത്ത തന്റെ വീടെങ്ങനെ ഇയാൾ കണ്ടുപിടിച്ചു. എന്നിട്ട്... അതിരാവിലെ എങ്ങനെ ഇവിടെയെത്തി?

"ഏട്ടനെന്താ മിണ്ടാത്തത്, എട്ടുവയസ്സുള്ള കുഞ്ഞിനെയാ അയാൾ പീഡിപ്പിച്ച് കൊന്നത്... അവിടെയൊരു ആറുവയസ്സുകാരി പെൺകുട്ടി ഉണ്ടെന്ന കാര്യം മറക്കരുത്. മണിക്കുട്ടി ഉണർന്നോ?"

പെട്ടെന്നാണ് മകളുടെ കാര്യം ഓർമ്മവന്നത്, അവൾ എഴുന്നേറ്റ് വരാന്തയിലെങ്ങാനും പോയിരിക്കുമോ?

"ന്റെ മോള്..."

ബെഡ്റൂമിലേക്ക് ഓടുമ്പോൾ സലിഷയും പിന്നാലെയെത്തി, മകൾ ഉണർന്നിരിക്കുന്നു. അവളെവിടെ?

"മോളേ മണിക്കുട്ടി?"

പെട്ടെന്ന് വരാന്തയിൽ എത്തിയപ്പോൾ കണ്ടത് പാട്ടുപാടുന്ന പാവയോടൊത്ത് കളിക്കുന്ന മകളെയാണ്. അയാളെവിടെ?

"മോളെ ഈ പാവ, അയാളെവിടെ?"

"മുത്തച്ഛൻ തന്നതാ; പപ്പാ അതാരാണ്? ഒരുപാട് മുട്ടായിം തന്നു"

"മോളെ നിനക്കൊന്നും... എന്നിട്ട് അയാളെവിടെ?"

"പോയി... അന്നോട് പറഞ്ഞു..."

"അയാളെന്ത് പറഞ്ഞു?"

"പറഞ്ഞത്... മുത്തച്ഛൻ തെറ്റൊന്നും ചെയ്തിട്ടില്ലാന്ന് പപ്പയോട് പറയണമെന്ന്, അതെന്താ അങ്ങനെ പറഞ്ഞത്? പപ്പക്ക് മുട്ടായി വേണോ?"

ആവേശത്തോടെ മകളെ കെട്ടിപ്പിടിച്ചുകൊണ്ട് സലിഷ പറഞ്ഞു,

"ദുഷ്ടൻ... തെറ്റൊന്നും ചെയ്തിട്ടില്ലപോലും... എട്ടുവയസ്സുള്ള കൊച്ചിനെയാ... ജയില് ചാടിയിട്ടായിരിക്കും വന്നത്... നിങ്ങള് പോലീസിനെ വിളിക്കുന്നതാണ് നല്ലത്""

"പോലീസിനെ വിളിക്കാം... ഇപ്പോൾ പറയുന്നതുപോലെയാണ് അച്ഛൻ കോടതിയിലും പറഞ്ഞത്. കുഞ്ഞിനെ രക്ഷപ്പെടുത്താൻ പോയതാണ്; ആരൊക്കെയോ ചെറുപ്പക്കാർചേർന്ന് ചെയ്തത് പണത്തിന്റെ സ്വാധീനം ഉപയോഗിച്ച് അച്ഛന്റെ തലയിലാക്കിയതാ ണെന്ന്. തടവറയിൽ കിടക്കുമ്പോൾ അച്ഛന്റെ ഒരു കാര്യവും അന്വേ ഷിക്കാതെ നാട് വിടുകയല്ലെ നമ്മൾ ചെയ്തത്, ശരിക്കും ഒളിച്ചോട്ടം"

“അതൊക്കെ പറഞ്ഞിട്ടെന്ത് കാര്യം? പോലീസിനെ നിങ്ങൾ വിളിക്കുന്നില്ലെങ്കിൽ ഞാൻ വിളിക്കാം...”

സലിഷ മൊബൈൽ എടുത്തു.

“വേണ്ട ഞാൻ തന്നെ വിളിക്കാം”

പെട്ടെന്ന് മൊബൈൽ ശബ്ദിക്കാൻ തുടങ്ങി; വിറയാർന്ന കൈകൊണ്ട് വിറക്കുന്ന മൊബൈൽ ഭാര്യയിൽനിന്ന് വാങ്ങുമ്പോൾ അജയൻ കണ്ടത് പരിചയമില്ലാത്ത നമ്പർ,

“ഹലോ”

“ഹലോ, ഇത് അജയൻ എന്ന ആളാണോ?”

“അതെ, ആരാണ്?”

“സെൻട്രൽ പ്രിസണിലെ ജെയിലറാണ് അറിയിക്കുന്നത്, നിങ്ങളുടെ അച്ഛൻ കൊലപാതക കേസിൽ ശിക്ഷിക്കപ്പെട്ടയാൾ ഇവിടെയുണ്ടല്ലോ”

“ഉണ്ട്സാർ... അയാൾ,”

“ഇന്നുപുലർച്ചെ നാലുമണിക്ക് സെല്ലിനുള്ളിൽ താങ്കളുടെ അച്ഛൻ ആത്മഹത്യ ചെയ്തതായി കാണപ്പെട്ടു. ബോഡി ഇവിടെനിന്ന് ആശുപത്രിയിലേക്ക് മാറ്റുന്നതോടൊപ്പം തുടർന്നുള്ള പ്രൊസീഡിയറിനായി മകൻ ഇവിടെ എത്തണം”

“അയ്യോ... അച്ഛൻ ഇവിടെ...”

“അവിടെ, എന്തുപറ്റി?”

“സർ, ഒരു സംശയം... ഈ നമ്പർ കിട്ടിയത്”

“അത്, അയാൾ മരിക്കുന്നതിന് മുൻപ് ചുമരിൽ എഴുതിവെച്ചതാണ്; മകന്റെ മൊബൈൽ നമ്പറും പേരും അഡ്രസ്സും”

ശബ്ദം നിലച്ച മൊബൈലിന്റെ വെളിച്ചം മായുന്നതുനോക്കി അജയൻ നിലത്തിരുന്നു.

●

നിറമുള്ള നിഴലുകൾ

അകലെനിന്നും ശബ്ദഘോഷം ഉയരുകയാണ്... നേർത്ത ആരവമായി ചെവികളുള്ളിൽ കയറിപ്പറ്റിയ ശബ്ദം അല്പ സമയംകൊണ്ട് അണികളുടെ ആവേശം മൂത്ത മുദ്രാവാക്യത്തിന്റെ ഭീകരമായ അലർച്ചയായി രൂപാന്തരപ്പെടുകയാണ്.

ഏത് പാർട്ടി ആയിരിക്കും?

പ്രതിപക്ഷമോ, ഭരണപക്ഷമോ?

ഇടതോ, വലതോ?

ആരായാലും തനിക്കെന്ത്?

പണ്ടൊക്കെ കൊടിയുടെ നിറംനോക്കിയും ചിഹ്നംനോക്കിയും പാർട്ടി ഏതാണെന്ന് തിരിച്ചറിയണം. പിന്നീട് ആളുകളെ കാണുമ്പോൾ പാർട്ടി മാത്രമല്ല മതവും അറിയാനാവും. അന്ന് മുദ്രാവാക്യങ്ങളൊന്നും ശ്രവിച്ചിരുന്നില്ലെങ്കിലും ഇപ്പോൾ മുദ്രാവാക്യം കേൾക്കുമ്പോഴാണ് പ്രകടനം ഏത് പാർട്ടിയുടേതാണെന്ന് അറിയാനാവുന്നത്. വെളിച്ചത്തിന്റെ ലോകത്ത് നിറങ്ങൾ പാറിക്കളിക്കുമ്പോൾ അവഗണിച്ച ശബ്ദങ്ങളാണ് അന്ധനായി മാറിയപ്പോൾ ധീരുവിന് തുണയായി വന്നത്. പരിസരങ്ങളിൽ നിന്ന് പ്രസരിക്കുന്ന ശബ്ദവും ഗന്ധവും ആവാഹിച്ചെടുത്ത് സ്വന്തമായ ഒരു ലോകം സൃഷ്ടിക്കാനുള്ള പരിശ്രമത്തിലാണ് അയാളിപ്പോൾ. വീട്ടിനകത്തിരുന്നാലും എല്ലാം കേട്ടറിയാനാവും. കണ്ണ് പോയെങ്കിലും കേൾവിശക്തിയിലൂടെ ഉള്ളിലേക്ക് പ്രവേശിക്കുന്ന തിരിച്ചറിവുകൾ.

"ഠേ..."

പടക്കം പൊട്ടുകയാണ്, പ്രകടനത്തിന് ശക്തികൂട്ടാൻ മുദ്രാവാക്യം മാത്രംപോര, പടക്കംകൂടി പൊട്ടിക്കണം; അതോ ബോംബ് പൊട്ടിയതാണൊ?

ഓ, ബോംബ് പൊട്ടുകയില്ലല്ലൊ... പൊട്ടിക്കുന്നതല്ലെ;

ശത്രുപക്ഷത്തെ വീഴ്ത്താനായി വളരെക്കാലം മുൻപെ മനുഷ്യൻ കണ്ടെത്തിയ മാരകായുധമാണല്ലോ ബോംബ്...

ബോംബായാലും പടക്കമായാലും അതെല്ലാം ഒരമ്മപെറ്റ മക്കൾ...

വെടിമരുന്ന് കുറഞ്ഞാലത് പടക്കം.

വെടിമരുന്നിന്റെ ചേരുവ വർദ്ധിപ്പിച്ച്, കുപ്പിച്ചില്ലും കരിങ്കൽ ചീളുകളും ചേർത്ത് പൈപ്പിലോ ടിന്നിലോ ഐസ്ക്രീം ബോളിലോ നിറച്ചശേഷം അടച്ച് ഉറപ്പിച്ചാൽ അത് ബോംബായി മാറും. പൊട്ടുന്നതുവരെ നിരുപദ്രവകാരിയായി ഉള്ളംകൈയ്യിൽ ഒതുങ്ങുന്ന ബോംബ്; പൊട്ടുമ്പോൾ കൂർത്തചില്ലുകൾ ജീവനുള്ള പച്ചമാംസത്തിൽ തറച്ചു കയറണം, അങ്ങനെ ചോരവാർന്ന് ശത്രു മരിക്കണം. എത്രയെത്ര ജീവൻ അവസാനിപ്പിക്കാനുള്ള ബോംബാണ് ഏതാനും വർഷത്തിനിടയിൽ തന്റെയീ കൈകളിലൂടെ ഉണ്ടാക്കപ്പെട്ടത്... അതിലൊരു ബോംബ് സ്വന്തം കണ്ണിലെ വെളിച്ചം കെടുത്തിയപ്പോഴാണ് നിറങ്ങളിൽ ചാലിച്ച കാഴ്ചയുടെ ലോകം അടഞ്ഞുപോയത്.

ഹോ, അതോർക്കാൻ കൂടി വയ്യ...

മാസങ്ങൾക്ക് മുൻപ് ഒരു രാത്രി...

അന്നും പതിവുപോലെ കുന്നിൻമുകളിലുള്ള താവളത്തിൽ തിരക്കിട്ട പണിയായിരുന്നു. അവിടെയുള്ള ആർക്കും ആരെയും അറിയില്ല; എല്ലാവരും അറിയപ്പെടുന്നത് ഓരോ അക്കങ്ങളിലാണ്. ഗ്രൂപ്പിൽ ചേർന്നശേഷം 'നമ്പർ നൈൻ' എന്നറിയപ്പെട്ടതോടെ ധീരു എന്ന സ്വന്തം പേര് മറന്നിരുന്നു.

തെരഞ്ഞെടുപ്പ് അടുത്തുവരികയാണ്; ബോംബുകൾ നിർമ്മിക്കുന്ന മുറക്ക് അവയെല്ലാം അണ്ടർഗ്രൌണ്ടിലേക്ക് മാറ്റപ്പെടുന്നുണ്ട്. അങ്ങനെയുള്ള ഒരു വെള്ളിയാഴ്ച... നേരം പുലർന്നതോടെ താവളത്തിൽനിന്ന് വെളിയിൽവന്ന് കുന്നിറങ്ങി റോഡിൽ എത്താറായപ്പോഴാണ് ഭീകരമായ പൊട്ടിത്തെറി ഉണ്ടായത്. അതോടൊപ്പം താവളം പൊട്ടിചിതറിയിട്ട് പടർന്നുപിടിച്ച അഗ്നിജ്വാലയിൽ നഷ്ടമായത് സ്വന്തം മുഖത്തെ തൊലിയും കാഴ്ചയും. ആശുപത്രിയിൽ കിടക്കുന്നനേരത്ത് മറ്റുള്ളവർ പത്രം വായിക്കുന്നത് കേട്ടപ്പോഴാണ് കൂടെ ജോലിചെയ്തപ്പോൾ അക്കങ്ങളായി അറിയപ്പെട്ടവർക്കെല്ലാം പേരും അഡ്രസ്സും ഉണ്ടെന്ന് അറിവായത്. പടക്കനിർമ്മാണശാലയിൽ അഗ്നിബാധ ഉണ്ടായനേരത്ത് വെളിയിലേക്കിറങ്ങാൻ കഴിഞ്ഞതുകൊണ്ട് മരണത്തിൽനിന്നും തലനാരിഴക്ക് രക്ഷപ്പെട്ടത് ഭാഗ്യം എന്ന് പത്രക്കാർ എഴുതി. പിന്നെ പോലീസ് കേസ് കോടതി എല്ലാം ആരുടെയോ നിയന്ത്രണത്തിൽ നടന്നുകൊണ്ടിരിക്കെ അന്ധനായതിനാൽ മാപ്പുസാക്ഷിയാക്കപ്പെട്ട് വെളിയിലേക്കിറങ്ങിയത് വർണ്ണവും വെളിച്ചവും

ഇല്ലാത്ത ലോകത്തേക്ക്...

ഇനിയെന്തിനാണ് ഇങ്ങനെയൊരു ജീവിതം?

കണ്ണില്ലാത്തവൻ സമൂഹത്തിന് അധികപ്പറ്റ്...

കൂടെയുള്ളവർ ശരിക്കും കൈയൊഴിഞ്ഞു...

ഊന്നുവടിയുടെ സഹായത്താൽ തപ്പിയും തടഞ്ഞും വരാന്തയിൽ വന്നിരിക്കാൻ നേരത്ത് പെറ്റമ്മ വന്ന് താങ്ങിയത് ആശ്വാസമായി. അതുമാത്രമാണല്ലോ ഏക ആശ്രയം,

"ഒച്ച കേൾക്കുന്നുണ്ടല്ലോ... ഏത് പാർട്ടീടെ ജാഥയാ പോന്നത്?"

"കിട്ടേണ്ടത് കിട്ടിയിട്ടും നിന്റെയൊരു പാർട്ടി... ഏതായാലെന്താ? ഒരു പാർട്ടീം കൊണ്ട് നടന്നിട്ട് കണ്ണ് പോയപ്പം നിനക്കാരാ ഉള്ളത്?"

"അതിന് അമ്മച്ചിയെന്തിനാ ഒച്ചവെക്കുന്നത്?"

"എല്ലാറ്റിനും ഒരുത്തി ഇവിടെയുണ്ടല്ലോ, എല്ലാം കാണാനും കേൾക്കാനുമായി പടച്ചോൻ അന്നെയീട ബാക്കിയാക്കീനല്ലൊ?"

"ഒന്ന് മിണ്ടാതിരിക്ക്, അനക്ക് കൊറച്ച് സൊയ്ര്യം താ"

"ഇപ്പം ഞാനാണല്ലൊ സൊയ്ര്യക്കേട്... കെട്ടിയോളും മക്കളും പോയിറ്റും ഞാനീടെ നിക്കുന്നത് പെറ്റ മോനാണെന്നോർത്തിട്ടാ"

"തള്ള തൊടങ്ങി പെറ്റതിന്റെ കണക്ക്... മക്കളെ പെറ്റാൽ പോരാ, മര്യാദക്ക് പോറ്റണം; അതോണ്ടാ ഞാനിങ്ങനെ ആയത്"

"മര്യാദക്ക് പോറ്റാത്തോണ്ടാണോ നീ വേണ്ടാത്ത പണിക്ക് പോയത്? എല്ലാരും കൂലിപ്പണിയെടുത്ത് കുടുംബം പോറ്റുമ്പം അന്റെ മോന് അതൊന്നും പറ്റൂലാ... നീ പൈശ ഒണ്ടാക്കാൻ ബെല്യ ബെല്യാ ആളൊപ്പരം പോയി"

"എന്നിട്ടെന്താ അതിന്റെ ഓഹരി എല്ലാരും തിന്നില്ലെ"

"ഞാ... തിന്നിന്... തിന്നത് കൊലച്ചോറാണെന്ന് അന്നേരം ബിചാരിച്ചില്ല. എന്നാലും അന്റെ മോന് ബോംബുണ്ടാക്കാനല്ലാതെ മറ്റ് പണിയൊന്നും അറിയില്ലേ?"

"മിണ്ടാതിരിക്ക്... ഞാനൊരു ചവിട്ട് തന്നാലുണ്ടല്ലൊ, പെറ്റ തള്ളയാണെന്നൊന്നും നോക്കില്ല"

ചവിട്ടാൻ കാലുയർത്തിയത് അതേപടി താഴ്ന്നു... അന്ധകാരം താവളമടിച്ച സ്വന്തംകണ്ണിലൂടെ ആരെ നോക്കിയിട്ടാണ് ചവിട്ടേണ്ടത്? അതും എല്ലാരും ഒഴിവാക്കി പോയപ്പോൾ ഒരുപിടി ചോറ് തരുന്ന പെറ്റമ്മയെ...

ഏതാനും മാസം മുൻപുവരെ ഈ വീട്ടിലുള്ളവർ തനിക്കെതിരായി ഒരുവാക്കുപോലും ഉരിയാടിയിരുന്നില്ല. താൻ വീട്ടിലായിരുന്ന നേരത്ത് അമ്മയോ ഭാര്യയോ മകളോ ഉച്ചത്തിൽ

സംസാരിക്കാറില്ലെന്ന കാര്യം ഇപ്പോഴാണ് തിരിച്ചറിയുന്നത്. ഒരു ഭീകരജീവിയാണെന്ന തോന്നലായിരിക്കാം അവരുടെ മനസ്സിലുണ്ടായത്. വീട് എന്നത് തനിക്കൊരു വിശ്രമകേന്ദ്രം മാത്രമായിരുന്നു. സ്വന്തം വീട്ടുകാരെ നേരാംവണ്ണം മനസ്സിലാക്കാത്ത കുടുംബനാഥൻ പിന്നെയെന്തിന് ജീവിക്കണം?

നേരമെന്തായിക്കാണും?

തള്ളയോട് ചോദിച്ചാൽ തർക്കുത്തരമായിരിക്കും നാവിൽനിന്ന് വരുന്നത്.

രാത്രിയും പകലും തിരിച്ചറിയാത്ത നേരംപുലർന്ന് അന്തിയാവോളം പണിയൊന്നും ഇല്ലാത്ത കണ്ണുപൊട്ടൻ എന്തിന് സമയമറിയണം! കണ്ണ് പൊട്ടിയതാണോ? പൊട്ടിച്ചതല്ലെ... അനേകം ആളുകളെ ഭൂമുഖത്തുനിന്നും തുടച്ചുമാറ്റാൻ ശേഷിയുള്ള ബോംബ് നിർമ്മിച്ചപ്പോൾ, വിധി തന്റെ കണ്ണിലെ കാഴ്ചയും തുടച്ചുമാറ്റി. ആദ്യമൊക്കെ നിറമില്ലാത്ത നിഴലുകളായി ഇത്തിരി കാണാൻ കഴിഞ്ഞിരുന്നെങ്കിലും ഏതാനും ആഴ്ചകളായി പരിപൂർണ്ണഅന്ധകാരത്തിലാണ്. അതോടെ പ്രതീക്ഷകൾ കൈവിട്ട സുഹൃത്തുക്കൾ വീട്ടിൽ വരുന്നത് വല്ലപ്പോഴുമായി മാറി.

കാഴ്ചയില്ലാത്തവൻ ഇനിയെങ്ങിനെ അവർക്ക്വേണ്ടി ബോംബുണ്ടാക്കും?

കാഴ്ച നഷ്ടപ്പെട്ടപ്പോഴാണ് അതുവരെ ഒപ്പം നിന്നവരെ തിരിച്ചറിയാനായത്.

തിരിച്ചറിവ് ഉണ്ടായത് മറ്റുള്ളവരെക്കുറിച്ച് മാത്രമാണോ? അതോടൊപ്പം സ്വയം തിരിച്ചറിവ് കൂടി ഉണ്ടായില്ലെ? ഭാര്യയും മകളും ഉപേക്ഷിച്ച് പോയത് അവരുടെ കുറ്റമാണോ? അതുവരെ ഭയപ്പെട്ട് ഒരടിപോലും മുന്നോട്ട് വെക്കാത്തവർ! ഭർത്താവ് ചെയ്യുന്ന തെറ്റിനെ അംഗീകരിക്കാത്ത അമ്മ, ഭാര്യ, മകൾ എല്ലാവരും തനിക്കെതിരാണെല്ലോ...

ചെയ്തതൊന്നും അവരെ പോറ്റാനല്ലല്ലൊ...

കൊള്ളക്കാരനായ രത്നാകരനോട് മഹർഷിമാർ ചോദിക്കുന്നു,

'നീ എന്തിനാണ് പാപം ചെയ്യുന്നത്?'

അവന് ഉത്തരം ഉണ്ടായിരുന്നു,

'എന്റെ ഭാര്യയെയും മക്കളെയും പോറ്റാൻ'

'അപ്പോൾ നീ ചെയ്യുന്ന പാപം അവർകൂടി ഏറ്റെടുക്കുമോ?'

സംശയം വന്ന അയാൾ വീട്ടിൽപോയി അന്വേഷിക്കുന്നുണ്ട്. കാട്ടാളനെക്കാൾ നികൃഷ്ടനായ തന്റെ കാര്യത്തിൽ അങ്ങനെയൊരു ഉത്തരമോ ചോദ്യമോ കടന്നുവരില്ല. ധീരു ബോംബുണ്ടാക്കിയത്

സ്വന്തം കുടുംബം പോറ്റാനല്ല...

ആളുകളെ കൊന്നൊടുക്കാനായി ബോംബുകൾ നിർമ്മിച്ചത് ശരിക്കും എന്തിനായിരുന്നു?

അതുകൊണ്ട് കിട്ടിയ പണമൊക്കെ എങ്ങോട്ട് പോയി?

എല്ലാം സ്വന്തമായി അടിച്ചുപോളിച്ച് ജീവിക്കാൻ വേണ്ടി മാത്രം... മേലനങ്ങാതെയുള്ള പണി. കിട്ടിയ പണമൊക്കെ ലഹരിയിൽ മുങ്ങിയ ജീവിതത്തിനായി വിനിയോഗിച്ചു. വിശ്വാസങ്ങൾക്കെതിരായി ജീവിക്കുന്നവരെല്ലാം ശത്രുക്കളാണെന്ന് പഠിപ്പിച്ചത് ഏത് വിദ്യാലയത്തിലെ അദ്ധ്യാപകനാണ്? സ്വന്തം ജാതിയിലും മതത്തിലും ഉൾപ്പെടാത്തവർ നീചന്മാരും ശത്രുക്കളും ആണെന്ന് പഠിപ്പിച്ച ഗുരു ആരാണ്?

ഓർമ്മകൾ ഓരോന്നായി കടന്നുവന്നപ്പോൾ സ്വന്തം മകളെക്കുറിച്ചുള്ള ചിന്ത മനസ്സിനെ അലട്ടാൻ തുടങ്ങി. കണ്ണുള്ളകാലത്ത് മകളുടെ മുഖം നേരാംവണ്ണം നോക്കാനോ ഓമനിക്കാനോ തോന്നിയിട്ടില്ല. ഇപ്പോൾ വെളിച്ചവും നിറങ്ങളും അകന്ന നേരത്താണ് മകളെ കാണാനുള്ള കൊതി തോന്നുന്നത്. താലികെട്ടിയ പെണ്ണ് എത്ര പെട്ടന്നാണ് അന്ധനായ ഭർത്താവിനെ തനിച്ചാക്കി മകളെയുംകൂട്ടി സ്ഥലം വിട്ടത്!

മകൾ ആരെപ്പോലെയാണ്?

അമ്മയെപോലെ സുന്ദരിയായിരിക്കുമോ?

അതോ തന്നെപോലെ കറുത്തിരുണ്ട നിറമായിരിക്കുമോ?

അവൾ ജനിച്ചപ്പോൾ നെറ്റിയുടെ ഇടതുവശത്ത് ഒരു മറുകുണ്ടെന്ന് പറഞ്ഞു കേട്ടിരുന്നു; അത് ഇപ്പോഴും അവിടെതന്നെ കാണുമോ?

ഹോ, ചിന്തകൾ കടിഞ്ഞാണില്ലാതെ പായുകയാണ്. സ്വന്തം കണ്ണിൽനിന്നും അപ്രത്യക്ഷമായ നിറങ്ങളെയാണ് സ്വപ്നം കാണുന്നത്.

ഉച്ചവെയിലിന് ചൂട് കൂടുതാലാണെന്ന് ഒരു തോന്നൽ... അത് തനിക്കിപ്പോൾ തോന്നുന്നതാണോ? അമ്മച്ചി അകത്തേക്ക് പോയിരിക്കാം, അനക്കമൊന്നും കേൾക്കുന്നില്ല. ഒരുനിമിഷംപോലും മിണ്ടാതിരിക്കാനാവാത്ത അവർ സ്വന്തം മകന് വന്ന അപകടത്തെ വിധിയുടെ ശിക്ഷയായി കാണുകയാണ്.

മുറ്റത്ത് പതിഞ്ഞ കാലൊച്ച അടുത്തുവരികയാണെന്ന് അറിയാൻ കഴിഞ്ഞു, ആരായിരിക്കും?

"ധീരു നിനക്ക് ഭാഗ്യമുണ്ട്"

അത് ബുള്ളറ്റ് വാസുവിന്റെ ശബ്ദമാണല്ലോ... അപകടം പറ്റിയിട്ടും വിട്ടുപോകാത്ത ഒരേയൊരു സുഹൃത്ത്,

"അതെന്താ ബുള്ളറ്റെ, എന്റെ കാര്യത്തിന് എന്ത് ഭാഗ്യം വരാനാണ്?"

"അതേടാ നാളേ നിനക്ക് കാഴ്ചകിട്ടും"

ശബ്ദം കേട്ടതോടെ അകത്തുനിന്നും വെളിയിലേക്ക് ഓടിവന്ന അമ്മയാണ് മറുപടി പറഞ്ഞത്,

"മോനെ വാസൂ, നിനക്ക് നൂറായിസാണ്. എന്റെ കണ്ണടയുന്നതിന് മുമ്പ് ഇവന് കാഴ്ചകിട്ടണമെന്ന് ഞാനെപ്പോഴും പ്രാർത്ഥിക്കാറുണ്ട്"

"അമ്മേടെ പ്രാർത്ഥന ഫലിച്ചു, നാളെ രാവിലെ ഇവിടെന്ന് ആശുപത്രിയിലേക്ക് പോകാൻ വണ്ടിയുമായി ഞാൻ വരും. നേത്രദാനം ചെയ്യാമെന്ന് ഒപ്പിട്ടുകൊടുത്ത ഒരുത്തൻ ഇന്ന് ബൈക്ക് അപകടത്തിൽ മരിച്ചിട്ടുണ്ട്. അവന്റെ കണ്ണ് ഇവന് കൊടുക്കാമെന്ന് ആശുപത്രിക്കാർ സമ്മതിച്ചിട്ടുണ്ട്"

"അതെന്റെ പ്രാർത്ഥനേടെ ഗുണമാ... അല്ലാതെ ഇവൻ ചെയ്ത പുണ്യം കൊണ്ടൊന്നുമല്ല. കണ്ണിന് കാഴ്ചയൊക്കെ കിട്ടിയിട്ട് ഇനിയും പഴെ പണിക്ക് പോകാതിരുന്നാൽ മതി"

"അമ്മേ ഞാനിനി ആ പണിയൊക്കെ നിർത്തി, ഇനിമുതൽ പുതിയൊരു മനുഷ്യനാവുകയാണ്"

"അപ്പോൾ വാസ്യെ, അതാരാ അപകടത്തിൽ ഇന്ന് മരിച്ചത്? നമ്മളറിയുന്ന ആളാണോ?"

"അമ്മക്ക് അവനെ അറിയില്ല അല്പം ദൂരെയാ, ആറ് കൊല്ലംമുൻപ് ബോംബേറിൽ കൊല്ലപ്പെട്ട പഞ്ചായത്ത് മെമ്പർ രാഘവേട്ടന്റെ മോനാണ് ഇന്ന് രാവിലെ മരിച്ചത്"

പേര് കേട്ടതോടെ ഞെട്ടി, കാലിന്റെ അടിയിൽ നിന്നും ആരംഭിച്ച വിറയൽ ശരീരം മുഴുവൻ വ്യാപിച്ച് വെളിച്ചമില്ലാത്ത ഇരു കണ്ണിലും അവസാനിച്ചു. വിശ്വാസം വരാതെ വാസുവിനോട് ചോദിച്ചു,

"രാഘവന്റെ ഒരേയൊരു മകൻ?"

"അതെ അയാളുടെ ഏകമകൻ... ആരായാലെന്താ നിനക്ക് കാഴ്ച കിട്ടിയാൽ പോരെ?"

"മതി"

"അമ്മെ ഞാനിപ്പോൾ പോവുകയാ... നാളെരാവിലെ ആറ് മണിക്ക് ഞാനിവിടെ വരും. അപ്പോഴേക്കും മെഡിക്കൽകോളേജിൽ പോവാൻ തയ്യാറായിക്കൊ. പിന്നെ ഒരു കാര്യം"

"എന്താണ്?"

"താണ ജാതിക്കാരനായതുകൊണ്ട് അവിടെ എത്തിയശേഷം അവന്റെ കണ്ണ് വേണ്ടെന്ന് നീ പറയുമോ?"

"അയ്യോ... അങ്ങനെയൊന്നും ഇനിയില്ല... കണ്ണില്ലാത്തവനെന്ത്

ജാതി? എന്ത് മതം? ഇരുട്ട് വന്നപ്പോഴാണ് എനിക്ക് ബോധം വന്നത്"

"ശരി നാളെ കാണാം"

വാസു ഒടുവിൽ പറഞ്ഞ വാക്കുകൾ മുള്ളുകൾ പോലെ തുളച്ചുകയറി. മനുഷ്യനെ കാണാതെ ജാതിയും മതവും അതിരിട്ട ജീവിതം... അതെല്ലാം അവസാനിച്ചിരിക്കയാണ്.

ഓർമ്മയിൽ വന്നത് രാഘവേട്ടൻ മരിച്ചുകിടക്കുന്ന രംഗമാണ്. മൃതശരീരം വീട്ടിലെത്തിയപ്പോൾ അച്ഛന്റെ നിശ്ചലമായ ദേഹവും കെട്ടിപ്പിടിച്ച് അലമുറയിട്ട് കരയുന്ന അമ്മയും മകനും. അനുശോചനത്തിൽ പങ്കെടുക്കുന്നവരുടെ കൂട്ടത്തിൽ ഒരാളായിനിന്ന് ആ ദൃശ്യം നോക്കിനിൽക്കെ മനസ്സിൽ അല്പംപോലും വിഷമം തോന്നിയില്ല.

തന്റെ ആദ്യത്തെ ഇര...

ബോംബ് നിർമ്മിച്ചത് പാഴായില്ല എന്ന് മനസ്സിലാക്കിയിട്ട് അന്ന് ആഹ്ലാദിക്കുകയായിരുന്നു. അന്നത്തെ മരണത്തോടെ അനാഥരായ രാഘവേട്ടന്റെ കുടുംബത്തിന്റെ ഏക ആശ്രയമാണ് ഇപ്പോൾ മരിച്ചത്.

അപ്പോൾ??

അച്ഛന്റെ കൊലയാളിക്ക് കാഴ്ച കിട്ടാൻ അപകടത്തിൽ മരിച്ച മകന്റെ കണ്ണ്... എല്ലാം വിധിതന്നെ,

എന്നാലും...

അന്ധകാരത്തിന്റെ തോട്പൊളിച്ച് പ്രകാശത്തിന്റെ ലോകത്തേക്ക് പ്രവേശിക്കുമ്പോൾ അതിനുള്ള അർഹത തനിക്കുണ്ടോ?

കുടുംബത്തിന്റെ വെളിച്ചം കെടുത്തിയവൻ...

അതേ കുടുംബത്തിന്റെ വെളിച്ചമായിതീരേണ്ട യുവാവിന്റെ കണ്ണ് വെച്ച്പിടിപ്പിച്ചാൽ...

തനിക്ക് മുന്നിൽ തുറക്കാൻ പോകുന്നത് നിറങ്ങളുടെയും വെളിച്ചത്തിന്റെയും ലോകം,

കുറ്റബോധംകൊണ്ട് ചിന്താശക്തിയുടെ വേഗതവർദ്ധിച്ച് എങ്ങോട്ടോ പായുകയാണ്???...

ചിന്തകൾക്ക് ഒടുവിൽ...

സ്വപ്നം കാണുന്ന വെളിച്ചത്തിലെ നിഴലുകൾക്ക് നിറങ്ങൾ പ്രത്യക്ഷപ്പെടുന്നുണ്ടോ?

●

കടപ്പുറംചാലിലെ മീൻ

ഞായറാഴ്ചയുടെ ആലസ്യത്താൽ വൈകി ഉണർന്നശേഷം കറുത്ത ചട്ടിയിൽ നിന്നും കറുകറുത്ത ഉമിക്കരി ഇടത്തെ ഉള്ളംകൈയിലെടുത്ത് വലതു കൈവിരലുകൾകൊണ്ട് നന്നായി പൊടിച്ചതിൽ വലത് ചൂണ്ടുവിരലിൽ മുക്കി പല്ലുതേച്ച് കിണ്ടിയുടെ വാലിലൂടെ ഒഴുകിയിറങ്ങിവരുന്ന ജലധാരകൊണ്ട് വായ കഴുകിയശേഷം ചാണകം മെഴുകിയ നിലത്തുവെച്ച മരപ്പലകയിൽ ഇരുന്ന് കഞ്ഞി കുടിക്കുമ്പോഴാണ് കുഞ്ഞിക്കടപ്പുറത്തെ കുമാരൻ ഗുരിക്കൾ വീട്ടിലേക്കുനോക്കി വിളിച്ചുപറയുന്നതു കേട്ടത്,

“ഇന്ന് വലവെലിച്ചപ്പം വെലിയൊരു മീനിനെ കിട്ടീട്ടുണ്ട്, കടപ്പൊറത്തെ പീടിയേന്റെ മുമ്പില് മോളെ അയച്ചാൽ അതിനെമുറിക്കുമ്പം നിങ്ങക്കും ഒരോഹരി തരാം”

അതുകേട്ടപ്പോൾ അമ്മയെന്നെ ശല്യംചെയ്യാൻ തുടങ്ങി,

“നീയൊന്ന് കഞ്ഞികുടിച്ചാട്ടെ, വേഗം പോയിറ്റില്ലെങ്കിൽ മീനൊക്കെ മുറിച്ചിട്ട് മറ്റുള്ളാള് കൊണ്ടോകും”

മൂന്നാം തവണയും അറിയിപ്പ് വന്നപ്പോൾ കഞ്ഞികുടി നിർത്തിയിട്ട് ഞാൻ പറഞ്ഞു,

“ബാക്കിയുള്ള കഞ്ഞി മീനുമായി ഞാമ്പന്നിറ്റ് കുടിക്കാം”

അപ്പോഴാണ് ഇളയമ്മ മുന്നിലെത്തിയത്,

“നീയാ പെറ്റിക്കോട്ട് മാറ്റീട്ട് വേറെ കുപ്പായം ഇട്ടാട്ടെ”

“അതൊന്നും വേണ്ട”

കിണ്ണത്തിലെ കഞ്ഞി മാറ്റിവെച്ച് ചമ്മന്തി മൊത്തമായി തിന്നുകൊണ്ട് അടുക്കളയിൽ നിന്നും മുറ്റത്തേക്ക് തുള്ളിയപ്പോൾ കത്ത്യാൾ കൊണ്ട് തേങ്ങയുരിക്കുന്ന അമ്മമ്മ പറഞ്ഞു,

“മീനും എടുത്ത് വെരുമ്പം പരുന്തൊന്നും കൊത്തിക്കൊണ്ടോകാതെ നോക്കണം”

കടപ്പുറംചാലിൽ കാക്കകളെക്കാൾ കൂടുതലുള്ളത് പരുന്തുകളാണ്. ചെമ്പരുന്ത്, മീൻപരുന്ത്, കൃഷ്ണപ്പരുന്ത്, താലിപ്പരുന്ത്, ചുട്ടിപ്പരുന്ത്, കടൽപരുന്ത്, ചേരപ്പരുന്ത്, ചക്കിപ്പരുന്ത് തുടങ്ങിയ പലയിനം പരുന്തുകൾ നമുക്കുചുറ്റും റാകിപ്പറന്നു കളിക്കാറുണ്ട്. ഈ പരുന്തുകളെല്ലാം അതിവിശിഷ്ടങ്ങളായ നേത്രങ്ങൾകൊണ്ട് നിരീക്ഷണം നടത്തുന്നത് മീനുകളെ ആയിരിക്കും. അവർക്കാണെങ്കിൽ കാലുകൾകൊണ്ട് മീനുകളെ റാഞ്ചിയെടുക്കാനാണ് ഇഷ്ടം. പരുന്തിനുംകൂടി അവകാശപ്പെട്ട മീൻ വെറും ഏഴ് വയസുകാരിയുടെ കൈയിൽ കണ്ടാൽ അത് തട്ടിപ്പറിക്കുന്നത് പരുന്തിന്റെ കുറ്റമാണോ?

മുറ്റത്തിറങ്ങിയ ഞാൻ വീടിന്റെ പിന്നിലൂടെ നടന്നിട്ട് അടുത്തുള്ള തെക്കെപെറമ്പിൽ കടന്നു. അകലെ നോക്കിയപ്പോൾ കടലിലെ തിരമാലകൾ ഇളകുന്നത് കാണുന്നുണ്ടെങ്കിലും വലിയശബ്ദമൊന്നും കേൾക്കാനില്ല. അതാണ് ഞങ്ങളുടെ ശീലം, കടൽതീരത്ത് ജീവിക്കുന്നവർക്ക് കടലിന്റെ സാധാരണ ശബ്ദമൊന്നും കേൾക്കാനാവില്ല. ആഴിയുടെ അടിത്തട്ടിൽനിന്നും രൂപംകൊണ്ട ചുഴികളും കറക്കങ്ങളും ചേർന്ന് ഭീമാകാരംപൂണ്ട് വമ്പൻ തിരമാലകളായി ഓടിവന്നിട്ട് കരയിൽ തലതല്ലി കരയുമ്പോൾ മാത്രം ഞങ്ങൾ അന്യോന്യം ചോദിക്കും...

ഈ കടലിനെന്ത് പറ്റീ?

പിറന്നുവീണപ്പോൾ ആദ്യം കേട്ടത് അറബിക്കടലിലെ ഓളങ്ങളുടെ ഒരിക്കലും നിലയ്ക്കാത്ത സംഗീതം. പേറ്റും ഈറ്റും അരങ്ങേറുന്ന കടപ്പുറംചാലിലെ അടുക്കളകളിൽ പിറന്നുവീഴുന്ന പ്രജകളെല്ലാം കടലിന്റെ ഉപ്പ് പുരണ്ടവരാണ്. ഓരോ വീടിന്റേയും മുറ്റത്തിറങ്ങി പടിഞ്ഞാറ് നോക്കിയാൽ കാണുന്നത് അറബിക്കടൽ... ജനിക്കുന്നതിന് മുൻപ് കേട്ടുകൊണ്ടിരുന്നതും ജനിച്ചപ്പോൾ ആദ്യം കേൾക്കുന്നതും തിരമാലകളുടെ ശ്രുതിലയതാളമേളം.

അതുതന്നെയാണ് ഞാനും കേട്ടത്...

അറബിക്കടലിന്റെ താരാട്ടുപാട്ടും അലർച്ചയും...

വ്യത്യസ്തമായ രാഗ താള ഭാവ ലയങ്ങളിൽ അലയടിക്കുന്ന ശബ്ദം.

അല്ല... ഞാനെങ്ങോട്ടായി പോകുന്നത്?

ഞാൻ തെക്കേലെ വീടിന്റെ മുന്നിൽപോയി ഇന്ദിരേച്ചിയെ വിളിച്ചു, അവരുടെ ഒപ്പം കളിക്കാനാണ് അമ്മയെനിക്ക് പെർമിഷൻ തന്നത്. എന്നെക്കാൾ രണ്ട് വയസ്സ് മൂത്ത ഇന്ദിരേച്ചിയാണ് എന്നെ മൊത്തമായി നിയന്ത്രിക്കുന്നത്. രണ്ടുതവണ വിളിച്ചിട്ടും ഒച്ചകേൾക്കാത്തതുകൊണ്ട്, വീടിന്റെ തുറന്ന അടുക്കളവാതിലിലൂടെ അകത്തു പ്രവേശിച്ചശേഷം ചായ്പും പടിഞ്ഞാറ്റയും ഇറയകവും പരതിനോക്കിയിട്ട്

തുറന്ന മുൻവാതിലിലൂടെ പുറത്തിറങ്ങി. വീട്ടിലാരുമില്ല! വാതില് ചാരാതെ ഇവരൊക്കെ ഏട്യാ പോയത്? ഇന്ദിരേച്ചിയുടെ അമ്മ പണിക്ക് പോയാൽ നാട്ടിലെ കുട്ടികളുടെ കളിസ്ഥലമായിരിക്കും അവരുടെ വീട്. സ്കൂളില്ലാത്ത ദിവസമായതിനാൽ ഇന്ദിരേച്ചിയും അനിയൻ സുധാകരനും തൊട്ടടുത്ത ഏതെങ്കിലും വീട്ടിലുണ്ടാവും...

അതാണല്ലോ... വാതിലൊക്കെ മലർക്കെ തുറന്നിട്ടത്...

ഈ സുധനാണ് എനിക്ക് മാങ്ങയും പേരക്കയും പറിച്ചുതരുന്നത്...

എന്നാലും അവനെ എനിക്കിഷ്ടമേയല്ല...

തരം കിട്ടിയാൽ അവനെന്നെ നുള്ളുകയും മാന്തുകയും ചെയ്യും.

വെളുത്ത പൂഴിയിൽ കാലമർത്തി പതുക്കെ നടന്നുകൊണ്ട് വായനശാലയുടെ അടുത്തെത്തി. അതിനപ്പുറത്തെ പറമ്പിലാണ് നാരാണേട്ടന്റെ ചായപീടികയും ഒപ്പം സാധനങ്ങൾ വിൽക്കുന്ന പീടികയും. റേഷനരി കിട്ടാത്ത കാലത്ത് ആളുകൾക്ക് ചോറുവെക്കണമെങ്കിൽ കടപ്പൊറത്തെ നാരായണേട്ടന്റെ പീടികയിലെ അരി വേണം. അവിടത്തെ സാധനങ്ങളെല്ലാം തീരുമ്പോൾ അയാൾ കണ്ണൂരിൽ പോയി ആവശ്യമുള്ളതെല്ലാം കൊണ്ടുവരുന്നത് മൂരിവണ്ടിയിൽ കയറ്റിയിട്ടാണ്. എങ്കിലും കടപ്പൊറത്തെ പീടിക നാട്ടിലൊട്ടാകെ അറിയപ്പെട്ടത് പുട്ടും ഇഷ്ടും ഉള്ളതു കൊണ്ടാണ്.

നാരാണേട്ടന്റെ പുട്ടുനിർമ്മാണം കാണുന്നവർ അത് നോക്കിയിരുന്നുപോകും. കുതിർത്ത പച്ചരി ഉരലിലിട്ട് പൊടിച്ചുവറുത്തത് രാവിലെതന്നെ വീട്ടിൽനിന്നും കൊണ്ടുവരും. എന്നിട്ട് പീടിയേന്റെ കോലായിൽ അടുപ്പിനരികിലുള്ള പലകയിലിരുന്ന് എല്ലാവരും കാൺകെയാണ് പുട്ടുനിർമ്മാണം. ആദ്യമായി ഉപ്പുചേർത്ത വെള്ളം പച്ചരിയിൽ ഒഴിച്ച് കുഴക്കുമ്പോൾതന്നെ ഒരു മണം വരാനുണ്ട്. എന്നിട്ട് ചൂടികെട്ടിയ മുളകൊണ്ടുള്ള ഒണ്ടയുടെ അടിവശത്ത് ചിരട്ടച്ചില്ലിട്ട് ദ്വാരം അടച്ചശേഷം ചിരണ്ടിയ തേങ്ങ അല്പം ഇടുന്നു. തേങ്ങക്ക് മുകളിലായി കുഴച്ച അരിപ്പൊടി അളന്നെടുത്ത് ഇടുന്നു. അതിനു മുകളിൽ തേങ്ങയും അരിപ്പൊടിയും വീണ്ടും ഇടുന്നു. ഒണ്ടയുടെ മുകളറ്റം എത്തുന്നതുവരെ ഈ പരിപാടി തുടരുന്നു. ആ നേരത്ത് തീകത്തുന്ന ഒരടുപ്പിൽവെച്ച മൺചട്ടിയിൽ കടലകൊണ്ടുള്ള ഇഷ്ടു വേവുന്നുണ്ടാവും. തുടർന്ന് മണ്ണുകൊണ്ടുള്ള പുട്ടുപാനിയിൽ പകുതി വെള്ളമെടുത്ത് മറ്റേ അടുപ്പിൽവെച്ച് തീ കത്തിക്കുന്നു. വെള്ളം തിളച്ച് ആവി വരാറായാൽ അരിനിറച്ച പുട്ടിന്റെ ഒണ്ട പാത്രത്തിന്റെ മുകളിൽ ഉറപ്പിച്ചശേഷം അര മീറ്റർ നീളമുള്ള തുണിയുടെ നേരിയ നാട വെള്ളത്തിൽ മുക്കിയിട്ട് നനവോടെ പാത്രത്തിന്റെ കഴുത്തും ഒണ്ടയും ചേർത്ത് ചുറ്റുന്നു. കുറച്ചുസമയം കഴിയുമ്പോൾ അരിപ്പുട്ട്

വെന്തിട്ട് ആവിയുടെ മണം പരിസരത്താകെ പരക്കുന്നു. ഇതെല്ലാം ആദ്യാവസാനം നോക്കിയിരിക്കുന്ന ആളുകൾക്ക് രണ്ടുകഷ്ണം പുട്ടും കൂടെ ഇഷ്ടം തിന്നാതെ ആ പീടിയേന്ന് ഇറങ്ങിപ്പോകാൻ തോന്നാറില്ല.

നാട്ടിലെ ബാലിയക്കാർക്ക് ചായകുടിക്കണമെന്ന് തോന്നിയാൽ കടപ്പൊറത്തെ ചായപീടികയിൽതന്നെ വരണം. ആരെങ്കിലും വിരുന്നുവന്നാൽ കടപ്പുറംചാലിലെ വീട്ടുകാർ സ്വന്തം മക്കളെ ഉക്ക പാത്രവുമായി ഓടിക്കുന്നത് എപ്പോഴും തീയെരിയുന്ന സമാവറിലെ വെള്ളത്തിൽ ചായപ്പൊടിയും പാലുംപഞ്ചസാരയും ചേർത്തിളക്കിയിട്ട് നാരായണേട്ടൻ ഉണ്ടാക്കുന്ന ചൂടുള്ള ചായ വാങ്ങിവരാനാണ്. ചിലനേരത്ത് വീടുകളിൽ കാപ്പിക്കുരു വറുത്തുപൊടിച്ച് ചക്കരകാപ്പിയോ വെല്ലകാപ്പിയോ ഉണ്ടാക്കുമെങ്കിലും അവിചാരിതമായി വീട്ടിലെത്തുന്ന വി.ഐ.പി.കൾക്ക് ചായ കൊടുക്കുന്നുണ്ടെങ്കിൽ അത് കടപ്പുറത്തെ പീടികയിൽനിന്ന് വാങ്ങിയതായിരിക്കും.

മറുനാടുകളിൽനിന്നും ഒറ്റപ്പെട്ട നമ്മുടെ ഗ്രാമത്തിന്റെ ഒരറ്റമായ കടപ്പുറംചാലിലെ വീടുകൾക്ക് സ്വന്തമായിട്ടൊരു പേരോ വേലികളോ ഇല്ല. തെക്കേല്, വടക്കേല്, പടിഞ്ഞാറേല്, കിഴക്കേല്, കുഞ്ഞിക്കടപ്പുറം, ആനേന്റെകടപ്പുറം, പീച്ചേല്, ചെറമ്മൽ അങ്ങനെ പോകുന്നു വിട്ടുപേരുകൾ. ഒരു വീടിനുതന്നെ ഒന്നിലധികം പേരുകൾ കാണും, അതുപോലെ ഒരേപേര് ഒന്നിലധികം വീടുകൾക്ക് ഉണ്ടാവും. എന്റെ വീട് പലർക്കും 'വടക്കേല്' ആണെങ്കിലും കിഴക്ക് ഭാഗത്ത് താമസിക്കുന്ന, കിഴക്കേലെ വീട്ടുകാർക്ക് ഞങ്ങൾ 'പടിഞ്ഞാറേല്' ആണ്. ഒരുവശത്തുകൂടി ഒഴുകുന്ന 'പീച്ചത്തോട്' കടലിൽ അവസാനിക്കുന്നത് 'തെക്കേല്' വീട്ടുകാരുടെ തൊട്ടപ്പുറത്താണ്. കിഴക്കുഭാഗത്തുള്ള വയലിന്റെ ഇരുവശത്തുകൂടി രണ്ട് ശാഖകളായി ഒഴുകിവരുന്ന പീച്ചതോട് ഒന്നായി മാറി പടിഞ്ഞാറ് അറബിക്കടലിൽ ചേരുന്നു. സഹകരണ അടിസ്ഥാനത്തിൽ വയലിലിറങ്ങിയിട്ട് രണ്ടുവിള നെല്ലും ഇടവിളയായി വെള്ളരിയും പയറും കൃഷിചെയ്യുന്നത് ഗ്രാമീണർ തന്നെയാണ്.

പിന്നെയോ, എവിടെത്തിരിഞ്ഞൊന്ന് നോക്കിയാലും, കാണാം...

ഇളംകാറ്റിൽ ഇളകിയാടുന്ന തെങ്ങുകൾ...

നൃത്തം ചെയ്യുന്ന തെങ്ങുകൾ...

പാട്ടുപാടുന്ന തെങ്ങോലകൾ...

ചൂളംവിളിക്കുന്ന തെങ്ങോലകൾ...

മാധുര്യമേറിയ വെള്ളവും കാമ്പുമായി മാടിവിളിക്കുന്ന ഇളനീരുകൾ,

കടൽത്തീരത്ത് കാണപ്പെടുന്ന വെളുത്ത മണൽ തന്നെയാണ് കടപ്പുറംചാലിലെ പറമ്പുകളിൽ കാണുന്നത്. കടൽ ആക്രമിച്ച് കൈയ്യേറാറില്ലെങ്കിലും ചിലകാലത്ത് രൌദ്രഭാവംപൂണ്ട ഭദ്രകാളി യെപ്പോലെ ഇളകിമറിയുന്ന തിരമാലകൾ തൊട്ടടുത്ത പറമ്പിൽ അതിക്രമിച്ചുകയറി ഒന്നോ രണ്ടോ തെങ്ങുകൾ ഇളക്കിമാറ്റിയിട്ട് തേങ്ങയടക്കം കൊണ്ടുപോകും.

അത്രയേ ഉള്ളൂ;

വേറെ ദ്രോഹമൊന്നും കടൽ ചെയ്യാറില്ല.

കടപ്പുറംചാൽ ഒഴികെ ഗ്രാമത്തിൽ എല്ലായിടത്തും ചെങ്കല്ലും ചെമ്മണ്ണും മാത്രമാണ്. ഒരുവശത്ത് കടലിലേക്ക് ഇറങ്ങിനിൽക്കു ന്നത് ചെങ്കൽ പാറക്കൂട്ടങ്ങളാണ് വട്ടക്കല്ല്. അതിൽ പറ്റിപ്പിടിച്ചു വളരുന്ന പച്ചനിറത്തിൽ തിളങ്ങുന്ന കല്ലുമ്മക്കായ ഗ്രാമീണരുടെ പൊതുസ്വത്തായ വിശിഷ്ടാഹാരമാണ്; അതുപോലെ കടലിൽനി ന്ന് പിടിച്ചെടുക്കുന്ന മത്സ്യങ്ങളും. കടലോരത്തുള്ളവർ വീട്ടാവശ്യ ത്തിന് മീൻപിടിക്കാറുണ്ടെങ്കിലും ആരും മത്സ്യതൊഴിലാളികളല്ല. പുരുഷന്മാർ സ്വന്തമായി വലവീശിയും ചൂണ്ടയിട്ടും മുങ്ങിത്തപ്പിയും കുറേയേറെ മീൻ പിടിച്ചെടുക്കുമ്പോൾ അയൽവാസികൾക്കും നൽകാ റുണ്ട്.

വിതക്കാതെ വേലികെട്ടാതെ കൊയ്യെടുക്കുന്നതെല്ലാം പൊതുസ്വ ത്ത് ആവണം...

അതാണ് കടപ്പുറംചാലിലെ നിയമം...

നാല് ആണുങ്ങൾ ഉണ്ടായിട്ടും കടപ്പുറത്ത് മീൻപിടിക്കാൻ പോകാത്തവരാണ് എന്റെ വീട്ടുകാർ. രണ്ട് അമ്മാമൻമാർ അദ്ധ്യാ പകർ, ഇളയമ്മാവൻ മിലിറ്ററി, അച്ഛന് കണ്ണൂരിൽ കച്ചവടം; പിന്നെ അവർക്കെവിടെ മീൻപിടിക്കാൻ നേരം? വീട്ടിലുള്ളവർക്ക് മീൻ കൂട്ട ണമെങ്കിൽ ഏഴരക്കടപ്പുറത്തുനിന്നോ ആയിക്കര കടപ്പുറത്തുനിന്നോ പിടിച്ചെടുത്ത മീനുകളെ ഒണക്കൻ മാപ്പിളയോ അവറാൻ മാപ്പിളയോ തലച്ചുമടായി ഉച്ചത്തിൽ കൂവിക്കൊണ്ടു വരുമ്പോൾ പൈസകൊടുത്ത് വാങ്ങണം, അല്ലെങ്കിൽ അയൽവാസികളുടെ ദാനം സ്വീകരിക്കണം. ഇങ്ങനെയുള്ള മത്സ്യദാനം സ്വീകരിക്കാൻ വീട്ടിലെ ഒരേയൊരു കുട്ടിയായ എന്നെയാണ് പറഞ്ഞയക്കുന്നത്...

വലിയമ്മാവൻ ലൈബ്രേറിയനായ വായനശാലയുടെ മുന്നിലൂടെ നടന്നുപോകുന്ന ഞാൻ പരിസരത്ത് നോക്കിയപ്പോൾ കൂട്ടുകാരെ യൊന്നും കണ്ടില്ല. വൈകുന്നേരമായാൽ ആണും പെണ്ണുമായി പത്ത്പതിനഞ്ച് പിള്ളേർ കളിക്കാൻ വരുന്നതാണ്. അവിടെയിരു ന്ന് കുറേ ആണുങ്ങൾ പത്രം വായിക്കുന്നുണ്ട്; അതിലൊരാൾ എന്നെ

കണ്ടപ്പോൾ അടുത്തിരിക്കുന്നവനോട് ചോദിച്ചു,

"ഈ കുട്ടിയെന്തിനാ വേലികടന്ന് അപ്രത്ത് പോന്നത്?"

"ആടന്ന് മീന് മുറിക്കുന്നുണ്ട്, അത് വാങ്ങാനാരിക്കും"

"അതെയോ? നമ്മക്കും കിട്ടുമോ?"

"അതിപ്പം നീ നോക്കണ്ട... രാവിലെതന്നെ മീശക്കിട്ടന്റെ വലേല് ബെലീയൊരു മീന് കുടുങ്ങീന്. അയിനെയിപ്പം മുറിക്കുന്ന തെരക്കാരിക്കും"

അവരുടെ സംഭാഷണം കേട്ടുകൊണ്ട് കടലാവണക്കും നച്ചിലും നിറഞ്ഞ വേലിക്കിടയിലൂടെ അടുത്ത പറമ്പിലേക്ക് നൂണുകടക്കുമ്പോൾതന്നെ ഞാൻ കണ്ടു...

അവസാനത്തെ ഒരുതുള്ളി വെള്ളത്തിയായുള്ള പിടച്ചിലും അവസാനിപ്പിച്ച് വെളുത്ത പൂഴിയിൽ അവനങ്ങനെ ചത്തുകിടന്ന് തിളങ്ങുകയാണ്. പത്ത്പന്ത്രണ്ട് ആണുങ്ങൾ ചുറ്റിനിൽക്കുന്ന കൂട്ടത്തിൽ മീൻ തരാമെന്ന് പറഞ്ഞ ഗുരിക്കളെ നോക്കിയെങ്കിലും അയാളെന്നെ കാണുന്ന ഭാവമേയില്ല. മീൻമോത്ത് കണ്ണില്ലെന്ന് അമ്മമ്മ പറയാറുള്ളത് പോലെ മീനിനെ തടവുന്ന കുമാരൻ ഗുരിക്കൾ എന്നെ ശ്രദ്ധിച്ചില്ല. പെട്ടെന്ന് തെക്കേലെ ദാസാട്ടൻ മരംമുറിക്കുന്ന മഴുവുമായി വന്നിട്ട് പറഞ്ഞു,

"മഴു കിട്ടി, ഇനി സ്രാവിനെ മുറിക്കാം"

അതെ, അതൊരു വലിയ സ്രാവായിരുന്നു, അമ്മമ്മ പറയുന്ന ചിറാവ്!!!

സ്രാവിന്റെ വാലുപിടിച്ച് ഉയർത്താനുള്ള ദാസാട്ടന്റെ പരിശ്രമം വെറുതെയായി, ശരിക്കും അദ്ദേഹത്തെക്കാൾ ഒരടിയിലധികം പൊക്കമുള്ള മീൻ!

കത്തി, കത്ത്യാൾ, പാര, മഴു തുടങ്ങിയ മാരകായുധങ്ങളൊക്കെ എത്തിച്ചേർന്നപ്പോൾ സ്രാവിനെ വെട്ടിപ്പൊളിക്കാൻ തുടങ്ങി. ചിറകൊക്കെ മുറിച്ചതിനുശേഷം ആദ്യം മഴുവീണത് തലയും ഉടലും ചേരുന്നഭാഗത്തു തന്നെ. പെട്ടെന്ന് തെറിച്ചുവീണ ചോരതുള്ളികൾ വെള്ളമുണ്ടിൽ പതിച്ചത് പലരും തുടച്ചുമാറ്റി. വീട്ടിലെ യൂനിഫോമായ പെറ്റിക്കോട്ടിൽ ചോര തെറിക്കാതിരിക്കാൻ ഞാനല്പം മാറിനിന്നു. മഴുകൊണ്ട് തോല്പൊളിച്ച് കൊത്തിയെടുത്ത വലിയ കഷ്ണങ്ങൾ, മറ്റുള്ളവരെല്ലാം ചേർന്നു മുറിച്ച് ചെറിയ കഷ്ണങ്ങളാക്കി മണലിൽ വിരിച്ച ചേമ്പിലകളിൽ കൂട്ടിയിടുകയാണ്. ഏതാനും മണിക്കൂർ മുൻപ് കടലിലൂടെ നീന്തിത്തുടിച്ച സ്രാവ്, അരമണിക്കൂർകൊണ്ട് ചോരയിൽ കുതിർന്ന ഇറച്ചിഉണ്ടുകളായി മാറി.

മുതിർന്ന പുരുഷന്മാർ വളരെ കാര്യമായി ചെയ്യുന്ന ഈ

കർമ്മങ്ങളെല്ലാം നോക്കിക്കൊണ്ട് അധികപ്പറ്റാണെന്ന ഭാവത്തിൽ ഒരു പൂച്ചക്കുട്ടിയെപോലെ ഞാനവിടെ നിന്നു. പരിസരത്തൊന്നും സമപ്രായക്കാരായ കുട്ടികളെ കാണാത്തതിൽ എനിക്കാകെ വിഷമം തോന്നി. മുതിർന്നവരിൽ ചിലരെങ്കിലും ചിന്തിക്കുന്നുണ്ടാവണം,

'ഈ പൂച്ചക്കെന്താ പൊന്നുരുക്കുന്നിടത്ത്, അല്ല 'മത്സ്യം മുറിക്കുന്നിടത്ത്'' കാര്യം?'

ക്ഷണിച്ചുവരുത്തിയ ഗുരിക്കൾക്കാണെങ്കിൽ ഞാനവിടെ നിൽക്കുന്നുണ്ടെന്ന ചിന്തയേ ഇല്ല.

അവിടെ ഒറ്റപ്പെട്ട് നിൽക്കുമ്പോൾ എനിക്കെന്തോ വിഷമം തോന്നി. തിരിച്ച് വീട്ടിലേക്ക് പോകാനും വയ്യ... പോയാൽ അമ്മയും ഇളയമ്മയും അമ്മൂമ്മയും തിരികെ ഓടിച്ചുവിടും... ഉച്ചക്ക് ചോറിന്റെ ഒപ്പം മീൻകൂട്ടാൻ വെക്കണമെന്ന് പറഞ്ഞാണല്ലോ എന്നെ അയച്ചത്.

ചോര ഒഴുകുന്ന ഇറച്ചിത്തുണ്ടുകളായി മാറിയ സ്രാവിനെ ഓഹരി വെക്കുന്ന കർമം ചെറമ്മലെ മോഹനേട്ടൻ ഏറ്റെടുത്തു. ആകെയുള്ള ആണുങ്ങളുടെ എണ്ണം കണ്ടെത്തിയിട്ട് അത്രയും വാഴയിലകൾ നിലത്ത് വിരിച്ച് സ്രാവിന്റെ കഷ്ണങ്ങൾ തുല്യമായി വീതിച്ചു. പതിനാറ് പേർക്ക് പതിനാറ് ഇലകൾ നിരത്തി; ഓരോ ഇലയിലും പത്ത്‌വീതം ഇറച്ചികഷ്ണങ്ങൾ. ഒടുവിൽ ദാസാട്ടൻ അറിയിച്ചു,

"ഇഷ്ടമുള്ള ഇല ഓരോ ആൾക്കും എടുക്കാം"

കൂട്ടത്തിൽ നല്ലതെന്ന് തോന്നിയ ഇലയിലെ ഇറച്ചി ഓരോ ആണുങ്ങളും പൊതിഞ്ഞെടുത്ത് സന്തോഷത്തോടെ പിരിഞ്ഞുപോകാൻ നേരത്താണ് കരയാൻ മുട്ടിനിൽക്കുന്ന എന്നെ കിഴക്കേലെ രാമാട്ടൻ ശ്രദ്ധിച്ചത്,

"ഈ കുട്ടി? ഇത്രയും നേരം ഇവിടെ ഉണ്ടായിട്ടും മീന് കൊടുക്കാതെ?"

"ആരാ ഇവളോട് ഈടെ വരാമ്പറഞ്ഞത്?"

മറ്റൊരാൾ പറയാതെ, വീട്ടുകാർ അറിയാതെ, ഞാനവിടെ എത്തുകയില്ലെന്നകാര്യം അവർക്കറിയാം.

"അത് ഞാമ്പറഞ്ഞിറ്റാ"

കുമാരൻ ഗുരിക്കൾ പറഞ്ഞതു കേട്ടപ്പോൾ മറ്റുള്ളവർ കുറ്റപ്പെടുത്തി,

"എന്നിട്ട് മീന് ഓഹരിവെക്കുമ്പം ഗുരിക്കളെന്താ അക്കാര്യം പറയാഞ്ഞത്?"

"ഞാനതിന്... ഓളെ കണ്ടിട്ടില്ല..."

കണ്ടിട്ടില്ല പോലും, അയാളെന്റെ മുഖത്ത് നോക്കിയിട്ടും... കണ്ടിട്ടില്ല പോലും!

"ഇനിയെന്താ ചെയ്യാ...? എല്ലാരും മീന് എടുത്തല്ലൊ"

കരയാൻ തുടങ്ങുന്ന എന്നെനോക്കിയിട്ട് ദാസാട്ടൻ ഗുരിക്കളോട് പറഞ്ഞു,

"ഇനിയിങ്ങനെ മീനിന്റെകാര്യം പറഞ്ഞ് മറ്റുള്ളവരെയൊന്നും കൂട്ടിവരരുത്... ഏതായാലും ഗുരിക്കൾ പറഞ്ഞിട്ടല്ലെ ഈ കുട്ടി വന്നത്... അതുകൊണ്ട് ഗുരിക്കളുടെ ഓഹരി കുട്ടിക്ക് കൊടുക്ക്"

തെറ്റ് മനസ്സിലാക്കിയ കുമാരൻ ഗുരിക്കൾ സ്വന്തം വീട്ടിൽ കൊണ്ടുപോവാനായി വാഴയിലയിൽ പൊതിഞ്ഞുവെച്ച മത്സ്യം എന്റെ കൈയിൽ തന്നു. ആ സമയത്ത് ചിരിച്ചില്ലെങ്കിലും തീരെ കരയാതെ സ്രാവിറച്ചിയുമായി ഞാനെന്റെ വീട്ടിലേക്ക് നടന്നു. ഉച്ചക്ക് ചോറിനൊപ്പം കഴിച്ച മത്സ്യക്കറിക്ക് നല്ല രുചിയുണ്ടെന്ന് അമ്മ പറയുന്നതു കേട്ടപ്പോൾ എന്റെ നെഞ്ചിനകത്ത് ചെറിയൊരു നൊമ്പരം പടർന്നുകയറി.

●

വിടപറയാൻ നേരത്ത്

ചാവാൻകെടക്കുന്ന ഈ മനുഷ്യനെ അവസാനകാലത്ത് നോക്കാനുള്ള യോഗം അനക്കായിരിക്കും. വല്യ നെലേല് ജീവിക്കുന്ന മോനും മോളും ഉണ്ടായിട്ടെന്താ... മരിക്കാൻ കെടക്കുമ്പം വായീല് ഇച്ചിരി വെള്ളം ഉറ്റിക്കാൻ ഈ കാർത്തി തന്നെ വേണംന്നാ തോന്നുന്നത്. കുടി വന്നാൽ ഒരാഴ്ച... അത്രക്ക് വയ്യാതായ തന്തയാണ്. ആയകാലത്ത് കോളേജിലെ വല്യ മാഷായിരുന്നു പോലും... കാണുമ്പം അങ്ങനെതന്നെയാ തോന്നുന്നത്; വയസ്സായി ഉണങ്ങി ചുരുണ്ടിട്ടും ആ മൊകത്ത് എന്തൊരു ഐശ്വര്യം. ഭാര്യ മരിച്ചതോടെ ആരും നോക്കാനില്ലാതായി; ഉള്ളകാലത്ത് ഓളെ കഷ്ടപ്പെടുത്തിയ മനിശനാരിക്കും... ഇപ്പം മേലൊന്ന് അനക്കാൻപോലും പറ്റുന്നില്ല. തുണി മാറ്റുമ്പോഴും ഡറ്റോളിൽ മുക്കിയ സ്പോഞ്ച്കൊണ്ട് ദേഹമാസകലം തൊടക്കുമ്പോഴും ചത്തത്പോലെ ഒരേ കെടപ്പാണ്. എത്രയെത്ര കുട്ടികളെ വെറപ്പിച്ച മാഷായിരിക്കും... എന്നിട്ടിപ്പൊ പഠിപ്പിച്ച കുട്ട്യോള് പോയിട്ട്, പോറ്റിയ മക്കള് പോലും നോക്കാനില്ലാതെ കാർത്തിന്റെ മുമ്പില് ഇങ്ങനെ കെടക്കുന്നു!!!

പെട്ടെന്ന് മാഷൊന്ന് ഞെരങ്ങിയോ? അല്ല, അനക്കത് തോന്നിയതാണോ? സ്പോഞ്ച് കൊണ്ട് പുറം തൊടക്കുമ്പോൾ ഉച്ചത്തിൽ വിളിച്ചു,

“മാഷേ... മാഷിന് വേദനിക്കുന്നുണ്ടോ?”

വിളി കേട്ടതു കൊണ്ടായിരിക്കണം കണ്ണുകളിൽ പുതിയൊരു തിളക്കം, അപ്പൊ ആളെ അറീന്ന്ണ്ട്. മക്കള് നാട്ട്ന്ന് പോകുമ്പം അച്ഛനെ ആശ്ശുത്രീല് കൊണ്ടാക്കിയതാണ്. കൊറെ പണം അച്ഛന്റെ പേരിലുണ്ട്പോലും. ആദ്യോക്കെ നല്ലോണം ബോധം ഉണ്ടായിരുന്നു; കണ്ണു തൊറക്കേം വർത്താനം പറേം ചെയ്യും. ഇപ്പം രാവും പകലും

അനക്കമില്ലാണ്ട് ഒറ്റ കെടപ്പ്തന്നെ. പെറ്റപ്പാട്ടുള്ള കുട്ടീനെപ്പോലെ കെടന്നടത്ത്ന്ന് മലോം മൂത്രോം പോയാലെന്താ... തുണിമാറ്റാനൊക്കെ കാർത്തി ഒണ്ടല്ലൊ. സോപ്പുവെള്ളത്തിൽ സ്പോഞ്ച് മുക്കിയിട്ട് മേലാകെ തൊടച്ച് വൃത്തിയാക്കിയിട്ട് പൌഡറിടണം. വെലകൂടിയ പൌഡറാ, അല്ലേല് കുരുവന്ന് പൊട്ടിയാല് പഴുത്ത്നാറും. പിന്നെ തിന്നാനും കുടിക്കാനും കൊടുക്കുമ്പം സമയം നോക്കി പ്രെഷറിന്റേം ഷുഗറിന്റേം ഗുളികകളും കൊടുക്കണം.

ആശുത്രീലെ വല്യഡോക്ടറ് പറഞ്ഞാൽപിന്നെ അതാർക്കും അനുസരിക്കാതിരിക്കാൻ വയ്യ. അത്രക്ക് ഇഷ്ടാണ് അദ്ദേഹത്തെ... ദൈവം പോലത്തെ മനുഷ്യൻ. അല്ലാണ്ട് ഇടയ്ക്കിടെ ഫോൺവിളി വരുമ്പം വണ്ടിഎടുത്ത് പൊറത്ത്പോയിട്ട് ചാവാറായ രണ്ടും മൂന്നും ആളുകളെ തേടിപ്പിടിച്ച് കൊണ്ടുവന്ന് അവർക്ക് തിന്നാനും കുടിക്കാനും കൊടുക്കുമോ? ഈ നാട്ടില് ചാവാറായ മനിശന്മാർക്കാണോ പഞ്ഞം... ബസ്സ്റ്റാന്റിലും തീവണ്ടിയാപ്പീസിലും ഒക്കെപ്പോയി, മേലാകെ പുണ്ണ്പിടിച്ച് വയ്യാതെ കിടക്കുന്ന ആണിനേം പെണ്ണിനേം കണ്ടാല്, കോരിയെടുത്ത് ഇവിടെ കൊണ്ടുവന്ന് കുളിപ്പിച്ച് കെടക്കേല് കെടത്തി ചോറും മരുന്നും കൊടുക്കുമ്പം ഡോക്ടറ് ദൈവമായി മാറുകയാണ്. ഈ ഭൂമീല് വെളിച്ചം പരക്കുന്നത് ദൈവത്തെപോലുള്ള ഇത്തരം മനിശന്മാര് ഉള്ളതുകൊണ്ടാണ്. ശരിക്കും ഇതിനെ ആസ്പത്രിയെന്നല്ല പറയാ...

ഹോസ്പീസ് എന്നാണ്;

എന്നുവെച്ചാൽ ചാവാറായ മനിശന്മാർക്ക് മനസമാധാനത്തോടെ മരിക്കാൻ കഴിയുന്ന ഇടം. ഇവിടെ എത്തിയാ സൊർഗ്ഗം കിട്ടിയ മാതിരിയാണ്; വെല്യ നേഴ്സ് എപ്പഴും പറയും,

'ഇത് സൊർഗ്ഗമാണ്; പക്ഷെ, കാലൻ കയറുമായി ചുറ്റിലും നടക്കുന്നുണ്ടെന്ന് ഓർമ്മവേണം. ഇടയ്ക്കിടെ അയാള് അകത്തേക്ക് കടന്നുവന്ന് കുടുക്കിടുമ്പോൾ ഇവിടത്തെ വയസ്സന്മാരും വയസ്സികളും കല്ല്യാണപ്പന്തലിൽ താലികെട്ടാൻപോന്ന പെണ്ണിനെപ്പോലെ കഴുത്ത് നീട്ടിക്കൊടുക്കും, അത്രക്ക് മനസമാധാനമാണ് അവർക്ക് ഈടെനിന്നും കിട്ടുന്നത്'.

ചാവാനുള്ള നേരംനോക്കി കെടക്കുന്ന രോഗികളെയും പ്രായമുള്ളവരെയും നോക്കാനാണെങ്കിൽ അന്നെപ്പോലെ നാടും വീടും ഇല്ലാത്ത കൊറേയെണ്ണം ഉണ്ട്. കൊറച്ച്കാലം തോന്ന്യപോലെ ജീവിച്ചെങ്കിലും അവസാനം ഈടെ എത്തിയതു നന്നായി. ഒരീസം അഞ്ചാറ് ആണ്നായ്ക്കൾ കടിച്ച്പറിച്ചിട്ട് ചാവാനായേരം റെയിൽപാളത്തിൽ കൊണ്ടിട്ട കാർത്തിനെ തീവണ്ടിവന്ന് അറത്ത്മുറിക്കുന്നേന്റെ

മുമ്പ് രക്ഷപ്പെടുത്തി ആശുത്രീല് എത്തിച്ച ഡോക്റ്ററ് ദൈവമാണ്. മരുന്നൊക്കെ വെച്ച്കെട്ടി ബോധം വന്നേരം ഒരു ചോദ്യം, 'നല്ല ഭക്ഷണമൊക്കെ തന്നാൽ ഞാൻ പറയുന്നപോലെ ജോലി ചെയ്ത് ജീവിക്കുമോ' എന്ന്. നൂറ്വട്ടം സമ്മതമാണെന്ന് പറയാൻ തോന്നി യെങ്കിലും തലയാട്ടുക മാത്രം ചെയ്തു. അങ്ങനെ രോഗായിട്ടും വയസ്സാ യിട്ടും കെടക്കുന്ന മനിശന്മാർക്കിടയിൽ എത്തിയതാണ്. ആദ്യമാദ്യം അടുക്കളയിൽ പണി തന്നിട്ട്, ഇപ്പൊഴ് വയ്യാതെ കെടക്കുന്ന ഓരോ വയസ്സന്മാരെ നോക്കാനുള്ള പണിയാണ്. എന്നാല് ഈ കാർത്തി ന്റെ ചരിത്രമൊന്നും ഈടത്തെ നേഴ്സ്മാർക്കും ആയമാർക്കും അറീല്ല. അറിഞ്ഞാൽ ഓറെല്ലാം ചേർന്ന് അന്നെ അടിച്ച് പൊറത്താക്കുമാ യിരിക്കും... അനക്ക് ഡോക്റ്ററേമാൻ പറേന്നപോലെ പണിയെടുത്ത് ജീവിച്ചാൽ മതി.

വല്യ ഡൊക്റ്ററ് വരുന്നുണ്ട്... അതാരാപ്പാ പിന്നാലെ?

ചൂരീദാറിട്ട പെണ്ണും ഒരു കുട്ടിയും ഒണ്ടല്ലൊ!

അവരിങ്ങോട്ടാണല്ലൊ കയറിവരുന്നത്...

ഡോക്റ്റർ അടുത്തുവന്ന് മാഷെ തിരിച്ചും മറിച്ചും പരിശോധിച്ചിട്ട് ഒപ്പരം ഉള്ള പെണ്ണിനോട് ഇംഗ്ലീഷിൽ എന്തൊക്കെയോ പറഞ്ഞു. അത് കേൾക്കാത്തമട്ടിൽ അവൾ കിടക്കക്കരികിൽ വന്ന് മാഷെ വിളിച്ചു,

“ഡാഡീ, ഡാഡീ... ഇത് ഡാഡീന്റെ മോളാണ്... അഖില; ഡാഡിക്ക് എങ്ങനെയുണ്ട്?”

പലതവണ വിളിച്ചിട്ടും പ്രതികരണമില്ലെന്ന് അറിഞ്ഞപ്പോൾ അവള് ഒപ്പരൊള്ള കൊച്ചിനെ പിടിച്ച് മാഷിന്റെ മുന്നില് നിർത്തീട്ട് പറഞ്ഞു,

“ഡാഡീ, കൊച്ചുമോൻ അപ്പു വന്നിട്ടുണ്ട്; മേനേ അപ്പൂപ്പനെ നോക്ക്... നിന്റെ ഗ്രാന്റ്പാ”

“മമ്മാ, ദിസ് ഡേർട്ടി ഓൾഡ് മാൻ...”

കൂടുതൽ പറയാൻ വിട്ടില്ല, അവന്റെ വായ അമ്മച്ചി മുറുകെപിടിച്ചു.

അപ്പോൾ ഇത് മാഷിന്റെ മോളാണ്... സ്വന്തം തന്തയെ അവസാനമായി കാണാൻ വിമാനത്തിന്ന് എറങ്ങി വന്നതാരിക്കും. ഒരു വെഷമവും വരാതെ അച്ഛനെ നോക്കുന്നുണ്ടെന്ന് ഡോക്റ്ററ് പറഞ്ഞിട്ടും ആ മോളുടെ മൊകത്തിനൊരു തെളിച്ചോല്ലല്ലൊ. എത്ര വെല്യ നെലേലുള്ള ആളായാലും സ്വന്തം അച്ഛൻ മരിക്കാൻ കെട ക്കുമ്പം വെശമം കാണില്ലെ? അനക്കാണെങ്കിൽ അച്ഛനാരാണെന്ന് ഒരോർമ്മേം ഇല്ല. ഈ കെടക്കുന്നത് സ്വന്തം അച്ഛൻ തന്നെയാണെ ന്ന് കണക്കാക്കിത്തന്നെയാ നോക്കുന്നത്.

അല്പസമയം കഴിഞ്ഞ് ഡോക്ടറുടെ പിന്നാലെ പൊറത്ത്പോയ മോള്, പെട്ടെന്ന് തിരികെവന്ന് അന്റെ ചെവീല് പറഞ്ഞു,

"എടീ... നീയെന്ത് കൈവിഷം കൊടുത്തിട്ടാ ഈ വയസ്സനെ പാട്ടിലാക്കിയെ? എല്ലാം തട്ടിയെടുത്ത നീ ആള് കൊള്ളാലൊ"

എത്ര ആലോചിച്ചിട്ടും ആ പറഞ്ഞേന് ഒരെത്തുംപിടീം അനക്ക് കിട്ടീല്ല. 'ചാവാൻ കെടക്കുന്ന ഈ വയസ്സനെ പാട്ടിലാക്കിയിട്ട് അനക്കെന്ത് കാര്യം? ഈടെയിപ്പം ആണുങ്ങളല്ലെ പെണ്ണിനെ പാട്ടി ലാക്കി പറ്റിക്കുന്നത്. എല്ലാരും കാർത്തീനെ പാട്ടിലാക്കി പറ്റിച്ചിട്ടെ ഉള്ളൂ; എന്നിട്ടിപ്പൊ... ഈ വയസ്സനെ?

ഓ... പണക്കാർക്കെന്തും പറയാമല്ലൊ'.

ആ നേരത്ത് അടിച്ചുവാരാൻ വന്ന സൂസന്നയാണ് സംഗതി പറഞ്ഞത്,

"എടി കാർത്തീ നീയങ്ങ് പണക്കാരി ആവുകയല്ലേ?"

"അതെന്താ സൂസി, അനക്ക് ലോട്ടറി അടിച്ചോ?"

"ആ മോള് അന്യനാട്ടിന്ന് ഓടിവന്നത് എന്തിനാന്നറിയോ?"

"അനക്കൊന്നും അറീല്ല"

"ഈ കെടക്കുന്ന മാഷിന്റേപേരിൽ കൊറേപണം ഇവിടെയുണ്ട് പോലും... ചത്താൽ ബാക്കിപണം അവസാനമായി നോക്കിയ ആളിന് കൊടുക്കണമെന്ന് മാഷ് എഴുതിവെച്ചിന്. അവസാനം നീ നോക്കുന്നതുകൊണ്ട് ആ പണം നിനക്കല്ലെ കിട്ടേണ്ടത്. അന്നേരം നമ്മളെയൊക്കെ മറന്നേക്കരുത്"

"അതിന് മോളെന്തിനാ ഓടി വന്നത്?"

"നീയൊരു മണ്ടിപ്പെണ്ണാ, ആ പണം അവൾക്ക് വേണംന്നാ പറേന്ന, നീ കൊടുക്കണ്ടാ"

"അയ്യൊ അനക്ക് പണമൊന്നും വേണ്ട, ഞാനതെല്ലാം വെല്യ ഡോക്ടർക്ക് കൊടുത്തിട്ട് പറയും, 'സാറിതെല്ലാം പാവങ്ങളെ നോക്കാനായി ചെലവാക്കിയാ മതീന്ന്'... മരിക്കണവരെ അനക്കി വിടെ നിന്നാമതി"

"ഞാൻപോന്ന്, പിന്നെ ഇതൊന്നും ഞാമ്പറഞ്ഞീന്ന് നീയാരോടും പറേണ്ട"

അവസാനകാലത്ത് അച്ഛനെപ്പോലുള്ള ഒരാളെ നോക്കാൻ കഴിയുന്നതുതന്നെ കാർത്തീന്റെ ഭാഗ്യമാണ്. സ്വന്തം അച്ഛനെപറ്റി ചെറുപ്പത്തിൽ പറഞ്ഞുകേട്ട ഒരോർമ്മ മാത്രേ ഉള്ളൂ... 'ഒറ്റച്ചവിട്ടിന് അമ്മേ കൊന്നത് അയാളാണെന്നാ കേട്ടത്'. മൂന്നാം ക്ലാസ്സില് പഠിപ്പ് നിർത്തിയ അന്ന് തൊടങ്ങിയ കഷ്ടപ്പാടാണ്, കൊറേക്കാലം തെണ്ടിയിട്ട് ജീവിച്ചു, പിന്നെ എത്രയോ വീടുകളിലെ എച്ചില് കഴുകി

ജീവിച്ചു. ഇപ്പൊഴാണ് മനിശന്മാരെപോലെ കാർത്തി ജീവിക്കുന്നത്.

മാഷ് കണ്ണ് തുറന്ന് നോക്കുന്നുണ്ടല്ലൊ... എന്തോ പറയാനാണെന്ന് തോന്നുന്നു, പാവം ഒച്ച പുറത്തുവരുന്നില്ല,

"മാഷെ കുടിക്കാൻ വെള്ളം വേണോ?"

മുഖം തിരിച്ചല്ലൊ, വെള്ളം വേണ്ടായിരിക്കും, പിന്നെ എന്താവും, മലോം മൂത്രോം കൊറച്ച്മുമ്പ് പോയതാണല്ലൊ,

"മാഷ് എന്ത് വേണെങ്കിലും പറഞ്ഞൊ, അത് ചെയ്യാനാണ് കാർത്തി ഈടെ നിക്കുന്നത്"

അയ്യോ... ഇതെന്താണ് മാഷ് കാർത്തീന്റെ കൈപിടിച്ച് നെഞ്ചത്ത് വെക്കുകയാണല്ലൊ, എന്റെ ദൈവമേ, ചാവാൻ നേരമായീന്ന് തോന്നിയോ? മരിക്കുമ്പം എത്ര വലിയ കൊമ്പത്തുള്ള ആണായാലും പേടീണ്ടാവുംന്നാ പറേന്നത്. കൈപിടിച്ച് നെഞ്ചത്തു വെച്ച് സമാധാനമായിട്ട് കെടക്കട്ടെ... അനക്കെന്താ തെരക്കുണ്ടോ?

ഈടെന്ന് പോയിട്ട് കൊച്ചിനെ കളിപ്പിക്കുന്ന പണിയൊന്നും ഇല്ലേലോ.

ഓ... ആരൊക്കെയോ നടന്നുവരുന്നുണ്ടല്ലൊ, വല്യ ഡോക്ടറോടൊപ്പം അതെപോലുള്ള വേറോരാളും ഉണ്ട്. വേറെ ഏതെങ്കിലും ഡോക്ടറായിരിക്കുമോ? ആരായാലും എഴുന്നേൽക്കാം...

അകത്തുവന്ന ആൾ കാർത്തിയെ കാണാത്തമട്ടിൽ പെട്ടെന്ന് മാഷിന്റെ അടുത്തുവന്ന് അദ്ദേഹത്തിന്റെ കൈ പിടിച്ചുകൊണ്ട് ഉച്ചത്തിൽ വിളിക്കാൻ തുടങ്ങി,

"അച്ഛാ ഇത് ഞാനാണ്, അച്ഛന്റെ മോൻ ബാലു... അച്ഛന് സുഖമാണോ?"

മാഷ് ഭാഗ്യം ചെയ്ത ആളാണ്; അവസാനകാലത്ത് മോനും മോളും വന്നല്ലൊ. എന്നാലും ചോദിക്കുന്നതു കേട്ടില്ലെ... 'അച്ഛന് സൊകാണോന്ന്!' കണ്ണും മൂക്കും അറിയാതെ ബോധോല്ലാണ്ട് ചാവാൻ കെടക്കുന്ന തന്തക്ക് സൊകമാണോന്ന്. ദൂരേയുള്ള മക്കൾക്ക് തോന്നും വയസ്സായ അച്ഛനമ്മമാർക്ക് സൊകമെന്ന്! ഇങ്ങനെ ആസ്പത്രീല് കെടക്കുന്ന വയസമ്മാരെ നോക്കാൻ കാർത്തീനെപ്പോലുള്ളവർ ഉള്ളതുകൊണ്ട് അവർക്കിപ്പം പരമസൊകം ആണെന്നുതന്നെ പറയാം.

വീട്ടിലാരുന്നെങ്കിൽ കാണാമായിരുന്നു...

അച്ഛന്റെ കൈയെപിടിച്ച് ഡോക്ടറോട് അയാൾ പറഞ്ഞു,

"ഞാനിപ്പോൾ തിരക്കിട്ട് വന്നത്, എന്റെ ഫാദറെ വീട്ടിലേക്ക് കൊണ്ടുപോവാനാണ്"

"ഹെയ്, വാട്ട് ആർ യൂ ടെല്ലിംഗ്? ഹി ഈസ് ഇൻ ക്രിറ്റിക്കൽ സ്റ്റേജ്"

"എന്ത് ക്രിറ്റിക്കൽ ആയാലും എന്റെ ഫാദർ എന്റെവീട്ടിൽകിടന്ന് മരിച്ചാൽ മതി"

"ഒരു മകന് അങ്ങനെ തോന്നുന്നത് വളരെ നല്ല കാര്യമാണ്, പക്ഷെ"

"ഒരു പക്ഷെയുമില്ല ഡോക്ടർ, പെട്ടെന്ന് കടലാസൊക്കെ ശരിയാക്ക്, വീട്ടിലായാൽ ഞാനും ഭാര്യയും ലീവെടുത്ത് അച്ഛനെ നോക്കും. കൊറച്ച് ദിവസത്തെ കാര്യമല്ലെ"

അല്പസമയംമുൻപ് ഇറങ്ങിപ്പോയ മകൾ പെട്ടെന്നാണ് മുറിയിലേക്ക് കടന്നുവന്നത്,

"നീ നോക്കാനോ? നിന്റെ വീട്ടിലായപ്പൊ തിന്നാൻ കൊടുക്കാതെ ഡാഡിയെ പട്ടിണിക്കിട്ട അതേ പൂതന തന്നെയല്ലെ ഇപ്പോഴും നിന്റെ കെട്ട്യോള്..."

"അതിപ്പം പറഞ്ഞിട്ടെന്താണ്, സ്വന്തം അച്ഛനെ നോക്കേണ്ടത് ആൺമക്കളുടെ കടമയല്ലെ"

"പെണ്ണായാലും ഞാനാണ് മൂത്തത്, എന്റെ ഡാഡീനെ ഞാൻ നോക്കിക്കോളും, അല്ലെ ഡാഡീ"

"പിന്നെ... ചേച്ചിയെങ്ങനെയാ നോക്കുന്നത്? മരിക്കാറായ അച്ഛനെയും കൂട്ടി ഗൾഫിലേക്ക് പോവാനോ?"

"ഡാഡി എങ്ങോട്ടും പോവണില്ല. ഈ റൂമിൽതന്നെ താമസിച്ച്... എന്റെ ഡാഡീനെ ഞാൻ നോക്കിക്കോളും. ഞാനുള്ളപ്പോൾ മറ്റൊരുത്തിയെന്തിനാ ഡാഡീനെ തൊടുന്നത്?"

ഈ മക്കൾ തന്നെയല്ലെ അച്ഛനെ നോക്കാനാവില്ല എന്നും പറഞ്ഞ് ഇവിടെഎത്തിച്ചത്!

ഇപ്പോൾ എന്തൊരു സ്നേഹം!!

ഡോക്ടർ ഇരുവരെയും നോക്കിയിട്ട് പറഞ്ഞു,

"ഇങ്ങനെ വഴക്കടിക്കുന്നതെന്തിനാ? നിങ്ങളുടെ ഫാദറാണെങ്കിലും സാറിനെ ഇവിടെനിന്നും ഡിസ്ചാർജ്ജ് ചെയ്യണമോ എന്ന് തീരുമാനിക്കേണ്ടത് ഞാനാണ്"

"എന്റെ ഡാഡീയുടെ അവസാനകാലത്ത് ഒരിറ്റ് വെള്ളം ഒഴിച്ചുകൊടുക്കാൻ മൂത്തവളായ ഞാനല്ലാതെ മറ്റാരാണുള്ളത്? ഡാഡി മരിക്കുന്നതുവരെ ഞാനിവിടെ നിൽക്കും. ഡോക്ടർ എന്റെ പേര് എഴുതിവെച്ചോ... ഡാഡി തൊണ്ടപൊട്ടിച്ച് ഉണ്ടാക്കിയ ലക്ഷക്കണക്കിന് രൂപയാ ഇവിടെയുള്ളത്, അതെന്തിനാ ഏതോ ഒരു തെണ്ടിക്ക് കൊടുക്കുന്നത്"

"അങ്ങനെ നീമാത്രം അച്ഛന്റെ പണം തട്ടിയെടുക്കേണ്ട, ഞാനും അച്ഛന്റെ മകനാണ്"

അപ്പോൾ രണ്ടാളും ചേർന്ന് കാർത്തീനെ ഓടിക്കണ്ട പരിപാടി യാണല്ലോ, അനക്കെന്താ...

വേറെ ഏതെങ്കിലും തള്ളേനെയോ തന്തേനെയോ നോക്കാനുള്ള ഡ്യൂട്ടി വല്യഡോക്ടറ് തരും,

അത്രെന്നെ...

സ്വന്തം അച്ഛനമ്മമാരെ നോക്കാൻ കഴിയാത്തതിന്റെ കടം കാർത്തി തീർക്കുന്നു.

എന്നാലും, വലിയൊരു മാഷായിട്ടും അവരുടെ മക്കളെന്താ ഇങ്ങനെ?

അല്ല മാഷ് അനങ്ങുന്നല്ലോ... മക്കൾ പറയുന്നതെല്ലാം കേൾക്കുന്നുണ്ടാവണം. ഓ, വെള്ളം വേണമെന്നല്ലെ ആംഗ്യം കാണിക്കുന്നത്... അതൊന്നും മക്കള് ശ്രദ്ധിക്കുന്നില്ലല്ലോ; ഏതായാലും കാർത്തിതന്നെ കൊടുത്തേക്കാം,

മേശപ്പുറത്തുള്ള വാട്ടർബോട്ടിലിൽനിന്ന് ഗ്ലാസ്സിൽ വെള്ളം നിറച്ചശേഷം വായിലേക്ക് കോരിക്കൊടുക്കാനുള്ള സ്പൂണമെടുത്ത് കട്ടിലിനരികിലെത്തിയിട്ട് പതുക്കെ പറഞ്ഞു,

"മാഷെ, ഈ കാർത്തിക്ക് പണമൊന്നും വേണ്ട; എല്ലാം മക്കള് കൊണ്ടുപോയ്ക്കോട്ടെ, മാഷ് വെള്ളം കുടിക്ക്"

സ്പൂണിൽ ഒഴിച്ച വെള്ളം തട്ടിതെറിപ്പിച്ചത് മകനാണോ? മകളാണോ? വാട്ടർബോട്ടിൽ വെളിയിലേക്കെറിഞ്ഞ് മകനും മകളും ഒന്നിച്ച് അലറി,

"ഇറങ്ങെടി വെളിയിൽ... തെണ്ടി നടന്നോള് അച്ഛന്റെ പണം തട്ടി യെടുക്കാൻ വന്നിരിക്കുന്നു. ആരെയും ഞാൻ വിടില്ല, ഡോക്ടർക്കെതി രായി കേസ് കൊടുക്കും. എന്റെ അച്ഛനെ നോക്കാൻ എവിടെന്നോ വന്ന പെണ്ണിനെ ഏർപ്പാടാക്കിയിരിക്കുന്നു..."

ഒരുനിമിഷം...

ശരീരം പിടഞ്ഞ് വായ തുറന്നതിനുശേഷം തല ഒരു വശത്തേക്ക് ചെരിഞ്ഞ് നിശ്ചലമായി കണ്ണടച്ച കിടക്കുന്ന അച്ഛൻ, മക്കൾ പറഞ്ഞത് കേട്ടിരിക്കാനിടയില്ല.

●

കുട്ടിയമ്മയും വെള്ളപ്പൊക്കവും

കമ്പിവേലിയും കുപ്പിച്ചില്ലുകൾ പതിച്ച മതിലും സിസിടിവിയും ചേർന്ന് സുരക്ഷിതമാക്കിയ ഇരുനില കൊട്ടാരംവീട്ടിൽ വിദേശത്തുള്ള മകന്റെ നിധികാക്കുന്ന ഭൃതമായിട്ട് ജീവിക്കുന്ന കുട്ടിയമ്മയുടെ ദൃഷ്ടിയിൽ ആദ്യം പതിഞ്ഞത് മഴമേഘലങ്ങളാണ്. തുടർന്ന് ഇടിയും മിന്നലും അകമ്പടിയായി ടൈൽസ് പതിച്ച മുറ്റത്ത് മഴവെള്ളം ചറപറാന്ന് വീഴാൻ തുടങ്ങി. നിർത്താതെ പെയ്ത മഴ പെരുപെരുമഴയായി മാറിയ നേരത്ത് ഇരുമ്പ് താഴിട്ട് അടച്ച ഗെയ്റ്റിനു മുന്നിൽ വന്ന് അയൽപക്കത്തുള്ളവർ ഉച്ചത്തിൽ വിളിച്ചുകൂവി,

"കുട്ടിയമ്മേ, ഇറങ്ങിവാ... വെള്ളപ്പൊക്കം വരുന്നുണ്ട്"

കുട്ടിയമ്മക്ക് ചിരിവന്നു... കൊട്ടാരംവീട്ടിൽ കടന്നുവരാൻ വെള്ളത്തിന് ധൈര്യമുണ്ടോ?

"ഇവിടെയൊന്നും വെള്ളപ്പൊക്കം വരില്ല... നിങ്ങൾ പോയ്ക്കോ..."

കുട്ടിയമ്മ നോക്കിനിൽക്കെ ഒഴിഞ്ഞുപോയ അയൽക്കാരുടെ കൂരകളിൽ വെള്ളം കടന്നുപോകുന്നതും തുടർന്ന് നിലംപതിക്കുന്നതും കാണാനിടയായപ്പോൾ പെരുത്ത് സന്തോഷം വന്നു. പതുക്കെപതുക്കെ... കുട്ടിയമ്മയുടെ മുറ്റത്തും വെള്ളം നിറയാൻ തുടങ്ങിയപ്പോൾ പോലീസ് വണ്ടിയിൽ ഏമാൻമാർ വന്ന് അവരോട് കയറാൻ പറഞ്ഞു.

കുട്ടിയമ്മ വിട്ടുകൊടുത്തില്ല,

"എന്റെയീ വീടുവിട്ട് ഞാനെങ്ങോട്ടുമില്ല, എല്ലാം ശരിയാവും... എന്നെ ദൈവം രക്ഷിക്കും"

നിറയെ സാധനങ്ങളുള്ള ഇത്രേം വലിയ വീട്ടിൽനിന്ന് ഇറങ്ങാനോ? അതിനുമാത്രം ഒരപകടവും ഇങ്ങോട്ടു കയറിവരില്ല. വീടുപേക്ഷിച്ച് അമ്മ പോയെന്നറിഞ്ഞാൽ മകനെന്ത് വിചാരിക്കും...

മുറ്റം നിറയെ ഇരച്ചുകയറിയ വെള്ളം കുട്ടിയമ്മയോട് ചോദിക്കാതെ അകത്തേക്ക് പ്രവേശിച്ചു. മുട്ടോളം വെള്ളമായപ്പോൾ കുട്ടിയമ്മ വീട്ടുസാധനങ്ങളെല്ലാം രണ്ടാം നിലയിലേക്ക് കയറ്റാൻ തുടങ്ങി. ടീ.വീ, മിക്സി, ഗ്യാസ് സിലിണ്ടർ, ഗ്യാസ് സ്റ്റൌ, കസേര, മേശ, അരി, പരിപ്പ്, പയർ, പച്ചക്കറി, സോപ്പ്, പൌഡർ, പലഹാരപ്പൊതികൾ, ഗ്ലാസ്, പ്ലെയ്റ്റ്, പെയ്റ്റ്സ്, ബ്രഷ്, ഒടുവിൽ അലമാരയിലെ അനേകം വസ്തുങ്ങളോടൊപ്പം വീടിന്റെ ആധാരവും ആധാറും റേഷൻകാർഡും പണവും ആഭരണങ്ങളും സ്യൂട്ട്കെയ്സിൽ നിറച്ചിട്ട് മുകളിൽ എത്തിച്ചപ്പോൾ അവരാകെ നനഞ്ഞ് കുതിർന്ന് തളർന്നിരുന്നു. അതിവേഗത്തിൽ കുതിച്ചുപായുന്ന വെള്ളം വീടിന്റെ രണ്ടാം നിലയിലേക്ക് എത്തിനോക്കാൻ തുടങ്ങിയപ്പോഴാണ് വെളിയിൽ നിന്നും വിളികേട്ടത്. മുകളിലെ വരാന്തയുടെ വാതിൽ തുറന്നപ്പോൾ വലിയൊരു വള്ളം നേരെമുന്നിൽ... അതിലുള്ളവർ വിളിച്ചുകൂവി,

“നാടാകെ വെള്ളത്തിൽ മുങ്ങിയിരിക്കയാണ് വേഗം തോണിയിൽ കയറിയാട്ടെ”

“അയ്യോ, ഞാനെങ്ങോട്ടുമില്ല... വെള്ളം കയറിയത് അതേപോലെ ഇറങ്ങിപ്പോയ്ക്കോളും”

“ഈ നാട്ടിലിപ്പോൾ ആരുമില്ല, എല്ലാവരും രക്ഷപ്പെട്ടു... ഇനി നിങ്ങളെന്നുമു ”

“എന്നിട്ട്?... അകത്തുള്ളതൊക്കെ അടിച്ചുമാറ്റാനല്ലേ... എന്റെ വീട് കളഞ്ഞിട്ട് ഞാനില്ല”

“വെള്ളം കയ്യറിയിട്ട് ഈ വീടൊക്കെ നശിക്കും... മുങ്ങുന്നതിനു മുൻപ് രക്ഷപ്പെട്ടോ”

“ഞാനില്ല”

കുട്ടിയമ്മ മുഖം തിരിച്ചതോടെ വള്ളം അകലേക്ക് തുഴഞ്ഞുപോയി.

ആശ്വാസത്തോടെ സാധനങ്ങൾ ഓരോന്നായി എടുത്തുവെക്കാൻ തുടങ്ങിയപ്പോൾ കുട്ടിയമ്മക്ക് വിശപ്പും ദാഹവും കലശലായി. ജലനിരപ്പ് കൂടന്നതായി അറിഞ്ഞെങ്കിലും വിശ്വാസം കളയാതെ ഓരോ ജോലികൾ ചെയ്യുകയാണ്. അരയൊപ്പം വെള്ളമായപ്പോൾ വരാന്തയിലിറങ്ങിയ കുട്ടിയമ്മ ടെറസ്സിലേക്ക് കയറിയിട്ട് ചുറ്റുപാടും നോക്കി.

വെള്ളം വെള്ളം സർവ്വത്ര... നാടാകെ വെള്ളം.

മാവിന്റെ മുകളിലും തെങ്ങിന്റെ മണ്ടയിലും കയറിയിറങ്ങിയിട്ട് വെള്ളം കുതിയൊഴുകുന്നു. അപ്പോഴാണ് അവരൊരു ഇരമ്പൽ കേട്ടത്...

തലക്കുമുകളിൽ ഒരു ഹെലികോപ്റ്റർ...

അതിൽനിന്നും താഴേക്ക് നീളുന്ന കയറിലൂടെ ഒരാൾ ഇറങ്ങിവന്നിട്ട് കുട്ടിയമ്മയെ വിളിച്ചു,

"രക്ഷപ്പെടുത്താൻ വന്നതാണ്... ഇതിലുള്ള കുരുക്കിലൂടെ മുകളിലേക്ക് കയറ്റാം"

"അയ്യോ, ഞാനില്ല... എന്റെ വീട് ഒഴിവാക്കിയിട്ട് ഞാനെങ്ങോട്ടും ഇല്ല"

"അങ്ങനെ പറഞ്ഞാൽ പറ്റില്ല, എല്ലാം വെള്ളത്തിലാണ്, പെട്ടെന്ന് കയറ്..."

അയാൾ കുട്ടിയമ്മയുടെ കൈപിടിക്കാൻ മുന്നോട്ടു വന്നപ്പോൾ അവർ അകന്നുമാറിയിട്ട് പറഞ്ഞു,

"എന്നെയീ കുന്ത്രാണ്ടത്തിൽ കയറ്റാൻ നോക്കിയാൽ ഞാനിപ്പോൾതന്നെ വെള്ളത്തിൽ ചാടും"

മറുപടി കേട്ടപ്പോൾ കയറിലൂടെ ഇറങ്ങിയവൻ അതേപടി മുകളിലേക്ക് ഉയർന്നു. കുട്ടിയമ്മ വെള്ളം താഴാനും സൂര്യനുദിക്കാനും വേണ്ടി ദൈവത്തോട് പ്രാർത്ഥിക്കുമ്പോൾ വെള്ളം വീണ്ടും ഉയർന്നുയർന്ന് ക്രമേണ അവരുടെ ബോധം നശിക്കാൻ തുടങ്ങി.

ആരുടേയോ ഉച്ചത്തിലുള്ള വിളികേട്ട് കുട്ടിയമ്മ ഉണർന്നു. ചുറ്റും നോക്കിയപ്പോൾ നല്ല വെളിച്ചം... കാറ്റില്ല, മഴയില്ല, വെള്ളമില്ല.

അവർ സന്തോഷത്തോടെ ചോദിച്ചു,

"ആരാണെന്നെ വിളിക്കുന്നത്?"

"കാലൻ"

"കാലനോ? അതെങ്ങനെ?"

"നിങ്ങളെ ദൈവസന്നിദ്ധിയിൽ എത്തിക്കാൻ വന്നതാണ്... ഇതാ ദൈവത്തിന്റെ ഇടം വാതിൽ തുറന്നിരിക്കുന്നു... നേരെയങ്ങോട്ട് പോവുക"

"ഇത്ര വേഗത്തിലോ?"

"ഇവിടെയെല്ലാം പ്രകാശവേഗത്തിലാണ്, പോയ്ക്കോ... നരകവും സ്വർഗവുമൊക്കെ അവിടെന്ന് കല്പിക്കും"

അകത്തേക്കുകടന്ന കുട്ടിയമ്മ ഇരുകൈകളും കൂപ്പി ദൈവത്തോട് ചോദിച്ചു,

"കരുണാമയനായ ദൈവമേ, വെള്ളപ്പൊക്കം ഉണ്ടായപ്പോൾ അങ്ങെന്താണ് എന്നെ രക്ഷപ്പെടുത്താൻ വരാഞ്ഞത്?"

"രക്ഷപ്പെടുത്താൻ വന്നില്ലെന്നോ?"

"ജീവിച്ച് കൊതിതീരും മുൻപെ... മനോഹരമായ ഭൂമിയും വീടും ഉപേക്ഷിച്ച് എന്നെയിങ്ങോട്ട് കൊണ്ടുവരണോ? രക്ഷിക്കാമായിരുന്നില്ലെ?"

“നിന്നെ രക്ഷിക്കാൻ പലതവണ ഞാൻ വന്നല്ലോ, അപ്പോഴൊന്നും നീ വന്നില്ല”

“എന്നിട്ട്? ഞാനൊരിക്കലും അങ്ങയെ കണ്ടില്ലല്ലൊ”

“ഹേ സ്ത്രീയേ, ആദ്യമായി അയൽക്കാരുടെ രൂപത്തിൽ നിന്നെ രക്ഷപ്പെടുത്താൻ വന്നു...

നീ വീട്ടിൽനിന്നും ഇറങ്ങിയില്ല.

പിന്നീട് പോലീസ് വണ്ടിയുമായി വന്ന് രക്ഷിക്കാൻ നോക്കി...

നീ ഇറങ്ങിവന്നില്ല.

മൂന്നാമത് വള്ളവുമായി വന്ന് നിന്നെ രക്ഷപ്പെടുത്താൻ ശ്രമിച്ചു...

അപ്പോഴും നീ വീടുവിട്ട് ഇറങ്ങിയില്ല.

ഒടുവിൽ നീ പുരപ്പുറത്തിരിക്കുമ്പോൾ ആകാശത്തുനിന്നും കയറിൽ തൂങ്ങിയിട്ട് രക്ഷിക്കാൻ വന്നു...

അപ്പോഴും സഹായം നിരസിച്ച നിന്നെ പരലോകത്തേക്ക് കൊണ്ടുവന്നു. ഇനിയിപ്പോൾ നരകത്തിലെ തീയിൽകിടന്ന് ഫ്രൈ ആവാം”

കറുത്ത മുഖംമൂടി അണിഞ്ഞ രണ്ടുപേർ കുട്ടിയമ്മയെ ബലമായി പിടിച്ച് കൈകാലുകൾ ഒരേ ചരടുകൊണ്ട് ചുരുട്ടികെട്ടിയശേഷം ഒരൊറ്റ ഏറ്. നേരെപോയി വീണത് ആളിക്കത്തുന്ന തീജ്വാലകളിൽ... അവർ ഉച്ചത്തിൽ നിലവിളിക്കാൻ തുടങ്ങി,

“ഊയന്റപ്പാ എന്നെക്കൊല്ലല്ലേ...”

കണ്ണുതുറന്നപ്പോൾ ചുറ്റുപാടും നിന്ന് പുഞ്ചിരിക്കുന്ന മാലഖമാർ... നരകത്തിൽ ഇങ്ങനെയുള്ള ആളുകളുണ്ടോ? കൂട്ടത്തിലൊരു മാലാഖ ചോദിച്ചു,

“അമ്മയെന്തിനാ കരയുന്നത്? വെള്ളം കയറിയപ്പോൾ പുരപ്പുറത്ത് ബോധമില്ലാതെ കിടക്കുന്ന അമ്മയെ പെട്ടെന്ന് കണ്ടതുകൊണ്ട് രക്ഷപ്പെടുത്താൻ കഴിഞ്ഞു”

“നിങ്ങള് നരകത്തിലെ ആളല്ലേ?”

“ഇത് നരകമൊന്നുമല്ല... സർക്കാർ ആശുപത്രിയാണ്. ഇപ്പോൾ സ്വർഗ്ഗമാണെന്ന് പറയാം”

“അപ്പോൾ ദൈവം വന്നത്...”

“വന്നത് മനുഷ്യൻ തന്നെയാണ്... വേണമെങ്കിൽ അവരെ ദൈവമെന്ന് വിളിച്ചോ...”

“അയ്യോ, അന്റെ വീട്”

“വീടോ? അവിടെയിപ്പോൾ നാട് തന്നെ ഇല്ലാതായി. അപ്പോഴാ അമ്മയുടെ വീട്”

“വീടൊന്നും വേണ്ടാ... അനക്ക് ജീവിച്ചാൽ മതിയേ”

●

അശാന്തമായ വീട്ടിലെ പെൺകുട്ടി

പരിചയമില്ലാത്ത സ്ഥലത്ത് പുതിയ വീടുവെച്ച് താമസം തുടങ്ങുന്നതിനുമുൻപെ അയൽവാസിയായ കരുണേട്ടനെ ഞങ്ങൾ പരിചയപ്പെട്ടിരുന്നു. കോൺക്രീറ്റ് വീടുകൾ അപൂർവ്വമായ കാലത്ത് നിർമ്മാണത്തിലിരിക്കുന്ന വീടിനു മുന്നിൽ കണ്ണുതട്ടാതിരിക്കാനായി ഒരു കോലം കുത്തിനിർത്തണമെന്ന് തൊഴിലാളികൾ പറഞ്ഞപ്പോൾ അത്ര നല്ലതായി ഞങ്ങൾക്ക് തോന്നിയില്ല. പകരം മറ്റൊന്ന് ചെയ്തു. എന്താണെന്നോ?

പഴയൊരു മരപ്പലകയിൽ ചോക്കുകൊണ്ട് എഴുതിവെച്ചു,

'അഭിപ്രായം ചോദിച്ചില്ല'

അങ്ങനെയൊരു ബോർഡ് കാണുന്ന നാട്ടുകാർ വീടിനെപറ്റി അഭിപ്രായം പറയുന്നതിനു പകരം ബോർഡിനെ കുറിച്ച് അഭിപ്രായം പറയാൻ തുടങ്ങി.

ഇതിനിടയിലാണ് കരുണേട്ടന്റെ വരവ്... ചാരായഷാപ്പിലെ കുപ്പികൾ കഴിവനുസരിച്ച് കാലിയാക്കിയതിനുശേഷം നടന്നും ഇഴഞ്ഞും നീങ്ങി, നിർമ്മാണത്തിലിരിക്കുന്ന വീടിന്റെ മുന്നിലെത്തിയപ്പോൾ ആടിക്കൊണ്ടിരുന്ന ആളൊന്ന് നിന്നു. അല്പം കുനിഞ്ഞുനിന്ന് ബോർഡിൽ എഴുതിയതു വായിക്കാൻ തുടങ്ങി.

"അഭിപ്രായം ചോദിച്ചില്ല പോലും... ഷാപ്പിലെ മൊതലാളിയുടെ അടുക്കളേന്റെ അത്രയില്ലാത്ത വീട്... നീ പോടാ..."

ഇതും പറഞ്ഞ് സിനിമാറ്റിക്ക് മോഡലിൽ ആടി ഇഴഞ്ഞ് ഒഴുകാൻ തുടങ്ങി...

അവിടെ താമസം തുടങ്ങിയ ദിവസം മുതൽ കരുണേട്ടന്റെ വീട്ടുവിശേഷങ്ങൾ കേൾക്കാൻ തുടങ്ങി. കേൾപ്പിക്കുന്നതാവട്ടെ കരുണേട്ടനും അവരുടെ പെങ്ങളും തന്നെ. ഇരുന്നൂറ് മീറ്റർ ദൂരെയുള്ള കരുണേട്ടന്റെ വീട്ടിൽനിന്ന് എല്ലാദിവസവും സന്ധ്യാനാമത്തിനു

പകരം തെറിവിളിയും കരച്ചിലും ഉയർന്നു കേൾക്കും. കരുണേട്ടൻ അമ്മയെ ചേർത്ത് തെറിവാക്ക് പറയുമ്പോൾ പെങ്ങൾ അച്ഛനെ ചേർത്ത് അതേരൂപത്തിലും ശൈലിയിലും പറയുന്നുണ്ടാവും.

നിന്റെ അമ്മക്ക്... : നിന്റെ അച്ഛന്...

അതെല്ലാം കേൾക്കാൻ കഴിയുമെങ്കിൽ മരിച്ചുപോയ അച്ഛനും അമ്മയും എഴുന്നേറ്റു വന്ന് രണ്ടുമക്കൾക്കും അടി കൊടുക്കുമായിരുന്നു, എന്ന് അയൽക്കാരിൽ ചിലർ പറയാറുണ്ട്. തെറിവിളിക്കുമ്പോൾ ആയുധപ്രയോഗം കൂടാതെ ഇരുവരും ഉടുതുണി കൂടി പൊക്കാറുണ്ടെന്നാണ് തെക്കേവീട്ടിലെ രാജമ്മ പറഞ്ഞത്. അവർ പറയുന്ന ശബ്ദതാരാവലിയിൽ ഇല്ലാത്ത വാക്കുകൾ പലതും ആദ്യമായിട്ടാണ് ഞങ്ങൾ കേൾക്കുന്നത്.

കരുണേട്ടന്റെ ബയോഡാറ്റ...

മൂന്ന് പെൺമക്കൾക്ക് ശേഷം നാലാം പ്രസവത്തിൽ ഭാര്യ ചികിത്സകിട്ടാതെ മരിച്ചു... അടിച്ചുകൊന്നു എന്ന് ജനസംസാരം... കൂടെ അവിവാഹിതയായ ഒരു സഹോദരിയും ഉണ്ട്. പ്രായം കഴിഞ്ഞതിനാൽ വിവാഹ പ്രതീക്ഷയില്ലാത്ത വ്യക്തിയാണ് സഹോദരി. അങ്ങനെ ഏതാനും പേർ ചേർന്ന വലിയ കുടുംബമാണ് നാട്ടിലെ ഏറ്റവും ചെറിയ കുടിലിൽ താമസിക്കുന്നത്. കരുണേട്ടനും പെങ്ങളും കൂലിപ്പണി ചെയ്യുന്നതിനാൽ പട്ടിണി കിടക്കാതെ സ്വന്തം കാലിൽ നിൽക്കുന്നു. അദ്ദേഹത്തിന്റെ പെൺമക്കളിൽ രണ്ടുപേർ സ്വന്തമായി ഭർത്താവിനെ കണ്ടുപിടിച്ചശേഷം കല്ല്യാണം കഴിച്ച് സസുഖം വാഴുന്നു. സുന്ദരിയായ മൂന്നാം മകൾ നാട്ടിലുള്ള ചെറുപ്പക്കാരുടെ ഉറക്കം കളയുന്നതോടൊപ്പം പത്താം തരത്തിൽ പാസ്മാർക്ക് ലഭിക്കാൻ കഠിനമായി പരിശ്രമിക്കുന്നു.

കരുണേട്ടന്റെ ഉപദ്രവം സഹിക്കുന്ന അയൽക്കാരുടെ അംഗസംഖ്യ കൂടിയതോടെ പൊതുജനം മുന്നണി ചേർന്നു. ഷാപ്പിൽ പോകുന്നതും കുടിക്കുന്നതും സ്വന്തം വീട്ടിൽ വന്ന് തല്ലുണ്ടാക്കുന്നതും പുരുഷന്മാരുടെ ജന്മാവകാശമാണ്. അതെല്ലാം മറ്റുള്ള വീട്ടുകാർക്ക് ശല്യമില്ലാതെ ആവണം. അപ്പോഴാണ് വലിയൊരു പ്രശ്നം; കരുണേട്ടന്റെ പെങ്ങളൊരു ഭയങ്കരിയാണ്. ആങ്ങള പെങ്ങൾ അടിപിടി ഒത്തുതീർപ്പാക്കാൻ അയൽക്കാർ പോയാൽ അടുത്തനിമിഷം രണ്ടുപേരും ഒന്നായിച്ചേർന്ന് അവിടെ വന്നവനെ ഓടിക്കും.

പാണ്ഡവ കൌരവ മോഡൽ...

ഒരു ദിവസം രാത്രി പതിവുപോലെ കരുണേട്ടന്റെ വീട്ടിൽ 'ആങ്ങള പെങ്ങൾ' ചേർന്ന് തെറിവാക്കുകളുടെ പൊട്ടിത്തെറി തുടങ്ങി. ഗ്രാമത്തിൽ വൈദ്യുതി കടന്നുവരാത്ത കാലമായതിനാൽ

അയൽക്കാരെല്ലാം ബാറ്ററിയിൽ ഓണാവുന്ന റേഡിയൊ ഓഫാക്കിയിട്ട് അയൽപക്ക വിശേഷം ഒളിഞ്ഞുകേൾക്കാൻ ചെവി വട്ടം പിടിച്ചു. തനിക്കു സ്വന്തമല്ലാത്ത, തന്നെ ബാധിക്കാത്ത, അന്യരുടെ പ്രശ്നങ്ങൾ ഒളിച്ച് കാണുകയും കേൾക്കുകയും ചെയ്ത് ആത്മസംതൃപ്തി അടയുക എന്നത് മനുഷ്യസ്വഭാവമാണല്ലൊ. ഏഴ് മണിക്ക് പതുക്കെ ആരംഭിച്ച വെടിക്കെട്ട് എട്ടുമണിയായപ്പോൾ വർദ്ധിച്ച് അടിയിലും കരച്ചിലിലും എത്തിച്ചേർന്നു. അപ്പോഴേക്കും അയൽവാസികൾക്ക് ബോധോധയം ഉണ്ടായി. നല്ലവരായ ആണുങ്ങളെല്ലാം സംഘടിച്ചു... നേരെ കരുണേട്ടന്റെ വീട്ടിലേക്ക് യാത്രയായി.

അവിടെയെത്തിയവർ കണ്ടത് ആങ്ങളയും പെങ്ങളും അങ്കത്തട്ടിൽ നിൽക്കുന്നതാണ്. രണ്ടുപേരുടെ കൈയിലും മാരകായുധങ്ങൾ, ആങ്ങള കത്തിവാൾ, പെങ്ങൾ കത്തി. ചട്ടി കലം, ചോറ് കറി തുടങ്ങിയവ ഒന്നുചേർന്ന് മുറ്റത്തും വരാന്തയിലും അഭിഷേകം നടത്തിയിരിക്കുന്നു. കരുണേട്ടന്റെ ഈർക്കിലി പോലുള്ള ദേഹത്തുള്ള തുണിയെല്ലാം അഴിഞ്ഞ് താഴെ കിടക്കുന്നു. ധാരാളം പുരുഷന്മാർ ഒന്നിച്ച് വീട്ടിൽ വന്ന് ടോർച്ചടിച്ചപ്പോൾ പെങ്ങൾ കത്തി താഴെയിട്ടു. കൂട്ടത്തിലൊരാൾ കരുണേട്ടനെ മുറുകെപിടിച്ചപ്പോൾ ആയുധം താഴെയിട്ട് പിടിച്ചവന്റെ മുഖത്തടിച്ചു. അയാൾ തിരിച്ചടിക്കാൻ തുടങ്ങിയപ്പോൾ കരുണേട്ടൻ കിടക്കുന്നത് നിലത്ത്... തുടർന്ന് ബോധം തെളിയുന്നതുവരെ തലയിൽ വെള്ളമൊഴിച്ചു.

പ്രശ്നങ്ങളെല്ലാം പെങ്ങൾതന്നെ പറഞ്ഞു. മകൾക്ക് നാളെ എസ്.എസ്.എൽ.സി. കണക്ക് പരീക്ഷ. വെള്ളമടിച്ചുകൊണ്ട് വീട്ടിലെത്തിയ അച്ഛൻ വരാന്തയിലിരുന്ന് പഠിക്കുന്ന മകളെ കണ്ടപ്പോൾ ദേഷ്യപ്പെട്ട് ചിമ്മിനിവിളക്കും പുസ്തകങ്ങളും എടുത്ത് പറമ്പിലെ മാവിൻചുവട്ടിലേക്ക് വലിച്ചെറിഞ്ഞു. ഒപ്പം അടുക്കളയിൽ കയറി ചോറും കറിയും പാത്രത്തോടെ മുറ്റത്തെറിഞ്ഞു. കൊല്ലുമെന്ന് ഭീഷണിപ്പെടുത്തിയതിനാൽ മകൾ പേടിച്ച് എവിടെയോ ഓടിയൊളിച്ചു. എണ്ണിയാൽ തീരാത്ത ദ്രോഹങ്ങൾ ഒറ്റ ദിവസം കൊണ്ട് നടപ്പിലാക്കി ജയിച്ചമട്ടിൽ തുള്ളുകയാണ്. ഏതാണ്ട് അര മണിക്കൂർ കഴിഞ്ഞപ്പോൾ ബോധം വീണ്ടെടുത്ത സഹോദരനെയും സഹോദരിയെയും ഇരുത്തിയിട്ട് അയൽക്കൂട്ടചർച്ച നടത്തിയശേഷം ഭീഷണിപ്പെടുത്തി. ഇനിയങ്ങോട്ട് എന്തെങ്കിലും പ്രശ്നം ഉണ്ടാക്കിയാൽ പോലീസ്സ്റ്റേഷനിൽ കാണാം എന്നുപറഞ്ഞ് ചർച്ചാസംഘം പിരിഞ്ഞു.

എല്ലാവരും കരുണേട്ടന്റെ വീട്ടിൽനിന്നും ഇറങ്ങി. എളുപ്പവഴിയിലൂടെ ഇടവഴിയിൽ ഇറങ്ങുമ്പോൾ കൂട്ടത്തിലൊരാൾക്ക് സംശയം തോന്നിയപ്പോൾ അടുത്ത പറമ്പിലെ തെങ്ങിൻചുവട്ടിലേക്ക് ടോർച്ച്

തെളിയിച്ചു. അവിടെ രണ്ടു പേർ പതുങ്ങിയിരിപ്പുണ്ട്...

ഒരാൾ കരുണേട്ടന്റെ പത്താം ക്ലാസ്സുകാരി ആയ മകൾ...

ചെറുപ്പക്കാരുടെ ഉറക്കം കെടുത്തുന്നവൾ.

രണ്ടാമൻ... അവളുടെ മടിയിൽ തലവെച്ച് കിടക്കുകയാണ്...

അയാൾ...

കരുണേട്ടനെ ഉപദേശിച്ച് നന്നാക്കാൻ ശ്രമിച്ച അയൽവാസിയുടെ ഓമനപുത്രൻ...

ടോർച്ചു തെളിയിച്ച വെളിച്ചത്തിൽ സ്വന്തം അച്ഛനെ കണ്ടപ്പോൾ മകൻ എഴുന്നേറ്റു...

ചോദ്യത്തിനു മുൻപെ ആ ചെറുപ്പക്കാരൻ ഉത്തരം പറഞ്ഞു,

"അത് പിന്നെ അച്ഛാ, അടിപേടിച്ച് ഒരു പെൺകുട്ടി ഇരുട്ടത്ത് ഇവിടെ ഒറ്റക്ക് ഒളിച്ചിരിക്കുമ്പോൾ ഒരു ധൈര്യത്തിന് ഞാനും കൂടെയിരുന്നതാ..."

●

കുലസ്ത്രീ

പരീക്ഷകൾ പലതും പാസ്സായപ്പോൾ സ്വന്തം വീടിനടുത്തുള്ള വില്ലേജ് ഓഫീസിൽ ക്ലാർക്കിന്റെ തസ്തികയിൽ നിയമന ഉത്തരവായി സർക്കാറിനെ സേവിക്കാനുള്ള അനുമതി മകൾക്ക് ലഭിച്ചു.

പിറ്റേദിവസം മുതൽ എന്റെ വീട്ടിൽ പുതിയ സംഭവങ്ങൾ അരങ്ങേറാൻ തുടങ്ങി.

എന്താണെന്നോ... ?

കല്ല്യാണ ആലോചനകൾ...

അതുവരെ മര്യാദക്ക് ഒരുത്തനും പെണ്ണുകാണാൻ വന്നില്ലെങ്കിലും ഇപ്പോൾ പടപോലെ എത്രയാണ് വരുന്നത്... ദിവസേന രണ്ടും മൂന്നും. അവധി ദിവസത്തെ കാര്യം പറയുകയേ വേണ്ട, അണി ഞ്ഞൊരുങ്ങിയിട്ട് മകളും ചായ ഉണ്ടാക്കിയിട്ട് ഞാനും ഒരുപോലെ ക്ഷീണിച്ചെങ്കിലും ഒന്നും ശരിയായില്ല. ഡിമാന്റുകൾ പലതും ഉണ്ട്...

പൊന്നു വേണ്ട... സ്വത്ത് വേണ്ട... പിന്നെ പണം?

അക്കാര്യം ആരും മിണ്ടാറേയില്ല, സ്ഥലം കണ്ണൂരാണ്.

പിന്നെന്ത് പറ്റിയെന്നോ?

വന്നവരെല്ലാം പെണ്ണിനെയങ്ങ് ഇഷ്ടപ്പെട്ടു...

സർക്കാൽ ശമ്പളം വാങ്ങുന്നവളല്ലേ!

ചിലരെ എനിക്ക് ഇഷ്ടപ്പെട്ടു... പക്ഷെ?

കെട്ടേണ്ട പെണ്ണിന് ചെക്കനെ ഇഷ്ടപ്പെടില്ല, ചെക്കന്റെ ജോലി ഇഷ്ടപ്പെടില്ല, ചെക്കന്റെ സ്വഭാവം ഇഷ്ടപ്പെടില്ല.

വരുന്ന വിവാഹാലോചനയൊക്കെ ഒഴിവാക്കുന്ന കഥയൊക്കെ നാട്ടിൽ പാട്ടാവാൻ തുടങ്ങിയപ്പോഴാണ് അസ്സലൊരു ചെക്കൻ വന്നത്. വന്ന പയ്യനെ ആകെമൊത്തമായി എന്റെ അരുമസന്താനം പരിശോധിച്ചു നോക്കിയപ്പോൾ ഒരു കുറ്റവും കണ്ടെത്താൻ കഴിഞ്ഞില്ല.

അതോടെ എനിക്ക് സന്തോഷമായി,

അവളുടെ അച്ഛന് സന്തോഷമായി,

പിന്നാലെ വരുന്ന ഇളയമകൾക്കും സന്തോഷമായി.

സർക്കാർ സർവ്വീസിൽ എഞ്ചിനീയറായ ചെറുപ്പക്കാരനെ ആ നിമിഷം ഞങ്ങളെല്ലാവരും ഇഷ്ടപ്പെട്ടു. തുടർന്ന് ഇരുവീട്ടുകാരും ചേർന്ന് അതങ്ങട്ട് ഉറപ്പിക്കാമെന്ന് തീരുമാനമായി. നാളെ രാവിലെ ഉറപ്പു കൊടുക്കാമെന്ന മോഹവുമായിട്ടാണ് ആ ദിവസം ഉറങ്ങാൻ കിടന്നത്.

പിറ്റേദിവസം... പതിവുപോലെ നേരം പുലർന്നു... പതിവുപോലെ ഞാൻ അടുക്കളഡ്യൂട്ടിയിൽ പ്രവേശിച്ചു. അപ്പോഴാണ് കൊടുങ്കാറ്റു പോലെ പത്രവുമായി മകൾ ഓടിവന്നത്,

"അമ്മേ ഇത് പറ്റില്ല"

"എന്ത്?"

"ഇത് പറ്റില്ല"

"ഏത്?"

"ഈ കല്ല്യാണം പറ്റില്ല"

അതുവരെ തള്ളപ്പൂച്ച മോഡൽ ആയിരുന്ന ഞാനൊരു പുലിവേഷം അണിഞ്ഞു,

"നീയെന്താടീ പറഞ്ഞത്? ഒരു ജോലി കിട്ടിയെന്നുവെച്ച് ആളെ ക്കൊണ്ട് പറയിപ്പിക്കുന്നോ?"

"നിങ്ങളൊക്കെ എന്തുപറഞ്ഞാലും ഞാനിവനെ കെട്ടുകയേ ഇല്ല. അമ്മ കെട്ടിക്കോ,"

ഞാനാകെ വിയർത്തുകുളിച്ചു...

അവൾ ഇല്ല എന്നു പറഞ്ഞാൽ ഇല്ല എന്നുതന്നെയാണ്.

പതുക്കെ ഞാൻ തള്ളപ്പൂച്ച മോഡലായി,

"എടി മോളേ അവരൊക്കെ ചേർന്ന് എല്ലാവരും ഇഷ്ടപ്പെട്ടതല്ലെ... നീയെന്താടി ആ ചെക്കന് കുറ്റം കണ്ടുപിടിച്ചത്?"

"ചെക്കന് കുറ്റമൊന്നും ഇല്ല"

"പിന്നെ എനിക്കാണോ കുറ്റം?"

"അല്ല"

"പിന്നെ ആർക്കാടീ കുറ്റം?"

"അന്നു പെണ്ണുകാണാൻ കൂടെ വന്നത് അവന്റെ അമ്മയല്ലെ?"

"അതേ നല്ലൊരു സ്ത്രീയല്ലെ? എന്നെക്കാളും നല്ല അമ്മച്ചിയാണെ ന്ന് നീ തന്നെയല്ലെ പറഞ്ഞത്"

"അവരുടെ ഫോട്ടോ ഈ പത്രത്തിന്റെ മുൻപേജിലുണ്ട്"

"പത്രത്തിലോ? കാണട്ടെ?"

പത്രത്തിന്റെ പേരിനു താഴെയായി കളറിൽ അച്ചടിച്ച ഗ്രൂപ്പ് ഫോട്ടോ അവളെന്റെ മുന്നിൽ നിവർത്തി. ധാരാളം സ്ത്രീകളോടൊപ്പം ബാനർ പിടിച്ച് നടക്കുന്ന അമ്മായിഅമ്മ ആവാനിടയുള്ള മഹിളാരത്നത്തിന്റെ ചിത്രത്തിനു നേരെ വിരൽ ചൂണ്ടിയിട്ട് പറഞ്ഞു,

"അമ്മേ, ഇവരല്ലേ അന്ന് വീട്ടിൽ വന്ന പയ്യന്റെ തള്ള?"

"അതേ, ഇതാ സ്ത്രീ തന്നെയാണല്ലോ... ഇവരെങ്ങിനെ പത്രത്തിൽ കയറി?"

"അതാണ് ഞാനും പറയുന്നത്, അമ്മേ ഇത് കുലസ്ത്രീകളുടെ പ്രകടനമാണ്"

"അയ്യോ"

"അവരൊരു കുലസ്ത്രീ ആണമ്മേ"

"അതുകൊണ്ട് നിനക്കെന്താ വിഷമം? നീ വിവാഹം കഴിക്കുന്നത് അവരെയല്ലല്ലോ... അവരുടെ മകനെയല്ലേ?"

"അവരുടെ മകനായതാണ് പ്രശ്നം?"

"എന്ത് പ്രശ്നം?"

"ഞാനവിടെ പുത്രവധുവായി എത്തിയാൽ"

"എത്തിയാൽ?"

"അവരെല്ലാം പഴയ ആചാരങ്ങൾ അനുസരിച്ച് ജീവിക്കുന്നവരാണ്"

"എന്നുവെച്ചാൽ?"

"എന്നുവെച്ചാൽ...എന്നും രാവിലെ ഞാനവന്റെ അച്ഛന്റെയും അമ്മയുടെയും കാലുപിടിക്കണം"

"നീയല്ലെ ആള്... അവരെ വലിച്ച് താഴെയിടാനും മതി. അതാണോ പ്രശ്നം"

"പിന്നെ... അവരെനിക്ക് ഭക്ഷണം തരുന്നത് മകൻ കഴിച്ച എച്ചിൽ പാത്രത്തിലായിരിക്കും"

"അതെന്താ അവിടെ മറ്റു പാത്രങ്ങളൊന്നും കാണില്ലേ?"

"മാസത്തിൽ ഏഴ് ദിവസം വെളിയിലൊന്നും പോകാതെ ഇരുട്ടറയിൽ കഴിയണം"

"അതൊരു വിശ്രമം അല്ലേ. നീയവിടെ കിടന്ന് മൊബൈലിൽ കളിച്ചാൽ മതി"

"വീട്ടിൽനിന്ന് എന്നെ വെളിയിലേക്ക് വിടുമ്പോൾ കൂടെ ആളുണ്ടാവും"

"അത് നിനക്കൊരു ധൈര്യമല്ലെ. അപ്പോൾ ഓഫീസിലോ?"

"ഉച്ചത്തിൽ സംസാരിക്കാൻ പാടില്ല, ചിരിക്കാൻ പാടില്ല, കളിക്കാൻ പാടില്ല, വായിക്കാൻ പാടില്ല"

"അതെല്ലാം കുറക്കുന്നത് നല്ലതാണ് മോളേ..."

"പിന്നെ, അവിടെയെത്തിയാൽ മാറ് മറക്കാൻ പാടില്ല"

"അപ്പോൾ മറ്റെല്ലാം മറക്കാൻ പറ്റുമോ?"

"അവരുടെ മകനില്ലാത്ത നേരത്ത് വീട്ടിൽ വിരുന്നുവരുന്ന വി.ഐ.പി.കളെ എന്റെ ഉറക്കറയിലേക്ക് കയറ്റിവിടും"

"അതെന്താ അവിടെ വേറെ അറകളൊന്നും ഇല്ലേ?"

"പിന്നെ, ആ പയ്യൻ മരിച്ചാൽ"

"മരിച്ചാൽ?"

"മരിച്ചാൽ അവന്റെ ചിതയിൽ എന്നെയും ചേർത്ത് ജീവനോടെ കത്തിക്കും"

"അയ്യോ മോളേ"

"എന്താ അമ്മേ"

"വേണ്ട മോളേ...നമുക്കീ കൊലസ്ത്രീബന്ധം വേണ്ടാ..."

"വേണ്ടമ്മേ..."

"എന്റെ മോളേ..."

"എന്റെ അമ്മേ"

അടുക്കളക്കാര്യം മറന്നുകൊണ്ട് വളരെക്കാലത്തിനുശേഷം ഞാനെന്റെ മകളെ കെട്ടിപ്പിടിച്ചു.

അവളുടെ ഓണം

തിരുവോണസദ്യക്ക് വേണ്ട പച്ചക്കറികളെല്ലാം വാങ്ങിയ ശേഷം മാർക്കറ്റിൽ നിന്നും തിരിച്ചുപോരാൻ നേരത്താണ് നളിനിയുടെ കണ്ണിൽ നിറങ്ങളുടെ പൂമഴ പെയ്തത്. മാരിവില്ലിൽ പിറവിയെടുത്ത എല്ലാ നിറങ്ങളും ഒന്നുചേർന്ന് ഒരു കുമ്പാരമായി തറയിലും തട്ടിൻമുകളിലും പലതരം പൂക്കളായി പെയ്തിറങ്ങിയിരിക്കയാണ്. കൌതുകത്തോടെ ആ കാഴ്ച നോക്കിനിൽക്കെ ഓർമ്മകൾ അവളെ കുട്ടിക്കാലത്തേക്ക് പിടിച്ചുവലിച്ചു കൊണ്ടുപോയി. പറമ്പിലും പാടത്തും തോട്ടിൻകരയിലും ഓടിക്കളിച്ച കുഞ്ഞ് മനസ്സിന്റെ ഉള്ളറയിൽ നിന്നും സന്തോഷനിമിഷങ്ങൾ വെളിയിലേക്ക് ചാടിയെങ്കിലും അടുത്തനിമിഷം എങ്ങോ പോയൊളിച്ചു. ചുറ്റും സുഗന്ധം പരത്തിക്കൊണ്ട് വർണ്ണങ്ങൾ വാരിവിതറുന്ന പൂക്കൾ അവളെ നോക്കി ചിരിച്ചപ്പോൾ ഒരുനിമിഷം അവൾ ചിന്തിച്ചു, 'കീടനാശിനി തളിച്ചതാണെങ്കിലും തിരുവോണത്തിന് പൂക്കളം തീർക്കാൻ മറുനാട്ടിലെ പൂക്കളാവട്ടെ'.

ജീവിക്കുന്നത് പട്ടണത്തിലല്ലെങ്കിലും ഗ്രാമീണപൂക്കൾ മലയാളികൾക്ക് അന്യമായി മാറിയിരിക്കയാണ്. തുമ്പയും മുക്കുറ്റിയും തൊട്ടാവാടിയും കാക്കപൂവും അരിപ്പൂവും നന്ത്യാർവട്ടവും എങ്ങോ പോയ്മറഞ്ഞു. ആകെയുള്ളത് ചെടിച്ചട്ടിയിൽ വളരുന്ന നിറംമങ്ങിയ മണമില്ലാത്ത പൂക്കളും ചായംതേച്ച ഇലകളും മാത്രം. അത്തം തൊട്ട് ഒൻപത് ദിവസവും ഇത്തിരിപോന്ന പൂക്കളം തീർത്ത് മതിയായി. ഇനി തിരുവോണമായിട്ടെങ്കിലും നല്ലൊരു പൂക്കളം തീർക്കണം. ജോലിസ്ഥലത്ത് നിന്ന് മകനും കോളേജ് അടച്ചതോടെ മകളും എത്തിയപ്പോൾ ആളും അനക്കവും വന്നതോടെ വീട്ടിലാകെ ആഹ്ലാദം നിറഞ്ഞു തുളുമ്പുകയാണ്. മക്കൾ പൂക്കളം തീർക്കുമ്പോൾ

ആവശ്യമുള്ള പൂവ് വിലകൊടുത്ത് വാങ്ങുന്നതായിരിക്കും നല്ലത്.

പൊള്ളുന്ന വിലകൊടുത്ത് പൂക്കൾ വാങ്ങിയപ്പോൾ നളിനി അതിൽ നിന്നും ഒരുപിടി പൂക്കൾ വാരിയെടുത്ത് മണത്തുനോക്കിയെങ്കിലും അടുത്തനിമിഷം സഞ്ചിയിൽ തന്നെ നിക്ഷേപിച്ചു, ഏതെല്ലാം കീടനാശിനിയിൽ മുങ്ങിക്കുളിച്ച പൂക്കളായിരിക്കും? അരളിയും ജമന്തിയും മല്ലികയും ആസ്റ്ററും എല്ലാം ഒന്നിച്ച് കലർത്തിയിട്ടാണ് പൂവില്പന. എല്ലാ നിറങ്ങളും ഒറ്റസഞ്ചിയിൽ ഒന്നിച്ച് വാങ്ങാം; എല്ലാ നിറങ്ങളും ഒന്നിച്ചുചേർത്ത് പൂക്കളം നിർമ്മിക്കാം.

പച്ചക്കറികളോടൊപ്പം പൂക്കളും വാങ്ങിയശേഷം ഓട്ടോപിടിച്ച് ഉത്രാടപ്പാച്ചിൽ നടത്തിയ നളിനി വീട്ടിലെത്തുമ്പോഴേക്കും സന്ധ്യാസമയമായി. ഓട്ടോയിൽനിന്നും മുറ്റത്തിറങ്ങി തുറന്ന വാതിലിലൂടെ അകത്തുകയറിയത് മകനോ മകളൊ അറിഞ്ഞില്ല.

'ഇവരൊക്കെ എങ്ങോട്ട് പോയി? സ്വന്തം മുറികളിൽ അടച്ചുപൂട്ടി ഇരിപ്പാവും... വന്നതുമുതൽ നേരാംവണ്ണം ഒന്ന് സംസാരിക്കാൻ പോലും കഴിഞ്ഞിട്ടില്ല. കമ്പ്യൂട്ടർ, ടീവി, മൊബൈൽ ഇതെല്ലാം കഴിഞ്ഞ് അമ്മ പറയുന്നത് കേൾക്കാനോ അമ്മയോട് രണ്ടുവാക്ക് പറയാനോ മക്കൾക്ക് എവിടെയാണ് സമയം? എന്നാലും വാതിൽ മലർക്കെ തുറന്ന്, അകത്തും പുറത്തും ലൈറ്റ് ഓൺ ചെയ്ത് ഉച്ചത്തിൽ ടീവി വെച്ചിട്ട് മുറിയിൽ അടച്ചിരിക്കണോ? കുറ്റപ്പെടുത്താൻ പാടില്ല, ഉപദേശിക്കാൻ പാടില്ല... അതെല്ലാം അമ്മയുടെ വിവരമില്ലായ്മയായി വ്യാഖ്യാനിക്കപ്പെടും. ഒപ്പം എരിതീയിൽ എണ്ണയൊഴിക്കാൻ അച്ഛനും മക്കളുടെ കൂടെച്ചേരും'

അകത്ത് പ്രവേശിച്ച നളിനി അനാവശ്യമായ ലൈറ്റുകളൊക്കെ ഓഫാക്കിയിട്ട് പൂജാമുറിയിലേക്ക് നോക്കിയപ്പോൾ ഞെട്ടി, നേരം ഇരുട്ടിയിട്ടും സന്ധ്യവിളക്ക് കത്തിച്ചിട്ടില്ല. വെളിയിലേക്ക് വന്ന മകളോട് ചോദിച്ചു,

"മോളേ രശ്മി വിളക്ക് കൊളുത്തിയില്ലേ? നിന്റെ ചേട്ടനെവിടെ പോയി"

"ആവോ... എനിക്കറിയില്ല"

"എന്നാലും നിനക്കാ നിലവിളക്ക് കത്തിക്കാമായിരുന്നു"

"ഓ... ഒരു നിലവിളക്ക്? അത് കത്തിച്ചിട്ടെന്ത് കാര്യം?"

മറുപടി പറയാൻ തുടങ്ങുമ്പോഴേക്കും ടീവിയുടെ റിമോട്ട് ഞെക്കിക്കൊണ്ട് മകൻ വന്നു,

"ഈ നിലവിളക്ക് കത്തിക്കുന്ന പരിപാടിയൊക്കെ അമ്മക്കൊന്ന് നിർത്തിക്കൂടെ?"

മറുപടി പറയാൻ വാക്കുകൾ ഇല്ലാതായെങ്കിലും അവൾ പറഞ്ഞു,

"പിന്നെ നാളെ തിരുവോണമാണെന്ന് ഓർമ്മവേണം. ഇതാ പൂക്കളൊക്കെ വാങ്ങിയിട്ടുണ്ട്, രാവിലെ തന്നെ രണ്ടാളുംചേർന്ന് വലിയൊരു പൂക്കളം ഒരുക്കണം"

"അതിനൊക്കെ ഞങ്ങൾ തയ്യാർ"

പൂക്കൾ നിറച്ച് പോളിത്തീൻ സഞ്ചി ഫ്രിഡ്ജിൽ വെക്കുമ്പോൾ സന്തോഷം തോന്നി. പണ്ടത്തെക്കാലം പോലെയാണോ? പഠനത്തിനും ജോലിക്കുമായി മക്കൾ എത്രയാ കഷ്ടപ്പെടുന്നത്. അതേപറ്റി ചിന്തിക്കാത്ത അമ്മമാർ വിഡ്ഢികൾ...

പിറ്റേദിവസത്തേക്ക് വേണ്ട മാവ് അരച്ച് ശരിയാക്കി അടുക്കള ഭാരത്തിൽനിന്നും കയറിയത് അർദ്ധരാത്രി ആയപ്പോഴാണ്. നാളെ സൂര്യനുദിക്കുന്നത് തിരുവോണ പുലരിയുമായാണ്. അതിനുള്ള ഒരുക്കങ്ങളൊക്കെ രാത്രിയിൽ ചെയ്താൽ രാവിലെയുള്ള കഠിനാധ്വാനം ഒഴിവാക്കാം.

ബിസ്നസിലെ ലാഭനഷ്ടങ്ങൾ മാത്രം മനസ്സിൽ കൊണ്ടുനടക്കുന്ന ഭർത്താവ് മനസ്സുതുറന്ന് സംസാരിക്കുന്നത് ഉറങ്ങാൻ നേരത്ത് മാത്രമാണ്. പറയുന്നത് ഒന്നും മനസ്സിലായില്ലെങ്കിലും നല്ലൊരു ശ്രോതവാകാൻ നളിനിക്കറിയാം. അളവറ്റ സമ്പത്തുമായി കടന്നുവന്നവളാണെങ്കിലും ഭാര്യ അയാൾക്കിന്നും വട്ടപൂജ്യമാണ്. പിന്നെ കൂലി ചോദിക്കാത്ത വേലക്കാരിയും ലൈംഗികപങ്കാളിയും ആയതിനാൽ അവളെ പൊറ്റുന്നു എന്നുമാത്രം.

ഉറക്കം തലയിൽ കയറാൻ നേരത്ത് അടുത്ത് കിടക്കുന്ന അദ്ദേഹം ചോദിച്ചു,

"നാളെ ഓണമായിട്ടും നീയെന്താ ഒരു സന്തോഷമില്ലാതെ?"

"ഞെ... ഒന്നുമില്ല"

"ഓണക്കോടിയൊക്കെ എല്ലാവർക്കും വേണ്ടത് അപ്പുമോൻ വാങ്ങിയിട്ടുണ്ട്, അതുകൊണ്ട് ഇത്തവണ എനിക്ക് ലാഭമായി"

ജോലിലഭിച്ചശേഷം ആദ്യത്തെ ഓണത്തിന്, ഓണക്കോടികളും കൊണ്ടാണ് മകൻ വന്നത്! അക്കാര്യം അച്ഛനോട് മാത്രം പറഞ്ഞിരിക്കുന്നു, അച്ഛനും കൂടി വാങ്ങിയിട്ട് അധികചെലവ് ഒഴിവാക്കാൻ. സാരമില്ല, 'അച്ഛനായാലും മകനായാലും ഓണക്കോടി ഒന്ന് മാത്രം മതിയല്ലൊ'.

തിരുവോണദിവസം അതിരാവിലെ ഉണർന്ന നളിനി പതിവുജോലികളിൽ മുഴുകി. പ്രഭാതസവാരിക്ക് പോയ അച്ഛനും മകനും തിരിച്ചെത്തുമ്പോഴേക്കും പ്രാതൽ തയ്യാറാവണം. ചായയും ചപ്പാത്തിയും കറിയും തയ്യാറാക്കി ഡൈനിംഗ് റൂമിൽ എടുത്തുവെച്ചപ്പോഴേക്കും കഴിക്കാൻ തയ്യാറായിട്ട് അച്ഛനും മകനും വന്നിരുന്നു. അപ്പോൾ

മകന്റെ ചോദ്യം,

"ഇന്ന് തിരുവോണമായിട്ടും അടുക്കളഡ്യൂട്ടിക്ക് അമ്മ തനിച്ചാണോ? ആ പെണ്ണിനെയും വിളിച്ചൂടെ?"

മറുപടി പറഞ്ഞത് അച്ഛനാണ്,

"നിനക്കസൂയയാണോ? പഠിച്ച് ക്ഷീണിച്ച അവളിനി അടുക്കള പണിയൊന്നും ചെയ്യേണ്ടതില്ല"

"എന്നാലും മറ്റൊരു വീട്ടിൽ പോകേണ്ടവളാണ്, അവൾക്കെന്താ അമ്മയെ സഹായിച്ചാൽ?"

"നീ മിണ്ടാതിരിക്ക്... ഇവിടെ അടുക്കളയിൽ അമ്മക്കെന്താ ഇത്രവലിയ പണി? പിന്നെ, എന്റെ മോള് കല്ല്യാണം കഴിഞ്ഞ് പോകുന്നത് മറ്റുള്ളവന്റെ അടുക്കളപണി എടുക്കാനല്ല"

അദ്ദേഹം എപ്പോഴും മകളുടെ ഭാഗത്താണ്, മകൾ മുറ്റമടിക്കുകയോ പാത്രം കഴുകുകയോ ചെയ്യുന്നത് കണ്ടാൽ അച്ഛന് കലിയിളകും. പണ്ടേ പറയുന്ന ഡയലോഗ് ഉണ്ട്,

"നീയിവിടെ പോത്തിനെപോലെ നിൽക്കുമ്പോൾ എന്റെ മോളെ യെന്തിനാണ് കഠിനാധ്വാനം ചെയ്യിക്കുന്നത്?"

സാരമില്ല, അവളുടെ സമയത്തിനനുസരിച്ച് ചെയ്യട്ടെ. എല്ലാറ്റിനും അമ്മയുണ്ടല്ലോ...

മകളും കൂടി വന്നപ്പോൾ അവൾ കേൾക്കെ പറഞ്ഞു,

"പൂക്കളൊക്കെ രാവിലെതന്നെ വരാന്തയിൽ വെച്ചിട്ടുണ്ട്, വൈകിയാലും സാരമില്ല പൂക്കളം റെഡിയാക്കണം"

"അതൊക്കെ എപ്പഴേ റെഡി"

മകളുടെ വാക്കുകൾ...

ഉച്ചഭക്ഷണം തയ്യറായെന്ന് പറയുന്നതുവരെ നളിനിയെ ആരും ശല്യം ചെയ്തില്ല. മകൻ ഇന്റർനെറ്റിന്റെ ലോകത്താണെങ്കിൽ മകൾ ടീവി ചാനലുകളുടെ ലോകത്തായിരുന്നു. ആ നേരത്ത് അടച്ച മുറി യിലിരുന്ന് കുപ്പിപൊട്ടിച്ച് ഓണം ആഘോഷിക്കുന്ന തിരക്കിലാണ് മക്കളുടെ അച്ഛൻ.

ഉച്ചയായപ്പോൾ തിരുവോണസദ്യ തയ്യാറായി. അല്പം കാത്തി രുന്നെങ്കിലും അച്ഛനും മക്കളും ഒന്നിച്ച് തിരുവോണസദ്യ ഉണ്ണുന്നത് കാണാൻ നളിനി കൊതിച്ചപ്പോൾ മനസ്സ് ഗതകാലസ്മരണകളിൽ ഉടക്കി. മക്കൾ കൊച്ചുകുട്ടികളായ കാലത്ത് എല്ലാ ദിവസവും ഒന്നിച്ച് ഉണ്ണുമ്പോഴുള്ള കൊച്ചു കൊച്ചു തമാശകൾ, പൊട്ടിച്ചിരികൾ, ക്ഷണിക നേരത്തുള്ള പിണക്കങ്ങൾ... എന്തൊക്കെയാണ് ഓർമ്മച്ചെപ്പ് തുറന്നാൽ വെളിയിൽ വരുന്നത്!

ഭക്ഷണം കഴിക്കാൻ മക്കൾ ഡൈനിംഗ് റൂമിൽ ഇരുന്നപ്പോൾ

അദ്ദേഹത്തെ വിളിക്കാനായി വരാന്തയിൽ കടന്ന നളിനിക്ക് ആകെയൊരു പന്തികേട്, എന്തോ ഒരു കുറവ്. ആ കുറവ് തിരിച്ചറിഞ്ഞ നളിനി മക്കളെ നോക്കി ഉച്ചത്തിൽ പറഞ്ഞു,

"നിങ്ങളെന്ത് പണിയാ കാണിച്ചത്? തിരുവോണമായിട്ട് പൂക്കളം ഇട്ടില്ലേ?"

"അതാണോ? ഇനി ഫുഡ് കഴിച്ചിട്ട് പൂവൊക്കെ ഇടാം"

വളരെ നിസ്സാരമായി മകൾ പറഞ്ഞപ്പോൾ കലികയറി.

"നീയൊക്കെ വലുതായിട്ടും മുറ്റത്ത് പൂവിടാനായിട്ട് ഞാനൊരാൾ വേണോ?"

"നിനക്ക് വേറെന്ത് പണിയാണുള്ളത്... ഇന്നലെവരെ നീയല്ലേ പൂവിട്ടത്, ഇന്നും അതങ്ങ് ഇട്ടുകളഞ്ഞാൽ മതി"

ഭർത്താവും മക്കളും ഒരേപോലെ ചിന്തിക്കുകയാണ്, എന്നാലും;

"ഒരു ഓണമായിട്ട്? നിങ്ങൾ പൂവിടുമെന്ന് ഇന്നലെ പറഞ്ഞിരുന്നല്ലോ... രാവിലെതന്നെ പൂക്കളൊക്കെ എടുത്ത് വരാന്തയിൽ വെച്ചിട്ട് അക്കാര്യം ഓർമ്മിപ്പിച്ചല്ലോ..."

"അമ്മക്ക് പൂക്കളമില്ലെങ്കിലും ഓണം ആഘോഷിച്ചാൽ പോരെ, വേഗം ചോറ് വിളമ്പ്. അതുകഴിഞ്ഞ് അമ്മതന്നെ പൂവിട്ടാൽ മതി. പൂക്കളം ഒരു പഴഞ്ചൻ ഏർപ്പാട്"

മകൻ പറഞ്ഞതു കേട്ടപ്പോൾ ഉള്ളിൽ നിന്നുയർന്ന വേദനകൾ ഒതുക്കിയിട്ട് നളിനി ചോറ് വിളമ്പാൻ തുടങ്ങി. അവളുടെ മനസ്സനിറയെ വരാന്തയുടെ മൂലയിൽ കൂട്ടിയിട്ട പൂക്കളാണ്...

വാടിയ പൂക്കൾ...

●

നാലാമത്തെ കുഞ്ഞ്

രമേശൻ മുതലാളി...
സ്വന്തമായി വിയർപ്പൊഴുക്കാത്തവൻ,
വിയർപ്പിന്റെ വില അറിയാത്താവൻ.
അധ്വാനിക്കാതെ അല്ലലില്ലാതെ ജീവിക്കുന്നവൻ,
കൈകളിൽ അധ്വാനത്തിന്റെ തഴമ്പില്ലാത്തവൻ.
പൂർവ്വികരിൽ നിന്നും ലഭിച്ചത് അളവറ്റ സമ്പത്തിന്റെ ഉറവിടം,
അതിവിശാലമായ പഴത്തോട്ടം,
അതിന്റെ ഉടമസ്ഥൻ രമേശൻ മാത്രം,
അവനൊരു മുതലാളിയാണ്...

രമേശൻ മുതലാളി സ്വന്തം തോട്ടത്തിൽ പോകാറുണ്ടെങ്കിലും ഇന്നത്തെ യാത്ര വിശേഷപ്പെട്ടതാണ്. ഇന്ന് മുതലാളിയോടൊപ്പം സ്വന്തം മകൻ അപ്പു എന്ന് വിളിക്കുന്ന അപൂർവ്വ് കൂടെയുണ്ട്. അടച്ചിട്ട മുറിയിലെ കാർട്ടൂൺ കഥാപാത്രങ്ങളിൽനിന്നും ശത്രുസംഹാര ഗെയിമുകളിൽ നിന്നും മോചനം ലഭിച്ച അഞ്ചുവയസ്സുകാരന് ജീവിതത്തിൽ ആദ്യമായി വിശാലമായ ലോകം കണ്ടപ്പോൾ കൌതുകം തോന്നി.

ട്രാഫിക്ക് ജാമിൽ കുടുങ്ങിയിട്ട് വണ്ടി സ്ലോ ആയപ്പോൾ മകൻ സ്റ്റീയറിംഗ് പിടിച്ച്‌വലിച്ച് അച്ഛന്റെ ശ്രദ്ധ ആകർഷിച്ച് പുറത്തേക്ക് ചൂണ്ടി,

“പപ്പാ നോക്ക്... പൂവർ ചിൽഡ്രൻ പ്ലെയിംഗ് ലൈക്ക് ടോം ആന്റ് ജറി...”

അവിടെ തുറന്ന ആകാശത്തിനും ഭൂമിക്കും ഇടയിൽ ഓടിക്കളിക്കുന്ന തെരുവുപിള്ളേർ...

ആകാശത്തിനു താഴെയുള്ള പറവകളെപ്പോലെ ഉല്ലസിക്കുന്ന കുഞ്ഞുങ്ങളെ അപ്പു ആദ്യമായി കാണുകയാണ്. അവനാകെ ആവേശം...

നാല് ചുമരുകൾക്കിടയിലെ സ്ക്രീനിൽ കടന്നുവന്ന് കൊഞ്ചുന്ന കഥാപാത്രങ്ങൾ മാത്രമാണ് മകന്റെ കൂട്ടുകാർ. വീടായാലും സ്കൂളായാലും സമപ്രായക്കാരൊത്തുള്ള ഇടപെടൽ വിലക്കിയിരിക്കയാണ്. കോടീശ്വരനായ രമേശൻ മുതലാളിയുടെ ഏകമകൻ, എല്ലാ സമ്പത്തിന്റെയും ഏക അവകാശി, മറ്റുള്ളവരുമായി കൂട്ടുകൂടാൻ പാടില്ല.

എസ്റ്റെയ്റ്റിലേക്കാണ് മകന്റെ യാത്രയെന്നറിഞ്ഞപ്പോൾ അമ്മ വിലക്കിയതാണ്. പിന്നെ താക്കീതുകളായി...

"അവിടെയുള്ള തെണ്ടിപ്പിള്ളേരെയൊന്നും കാണാൻ അനുവദിക്കരുത്, പിന്നെ വെളിയിൽനിന്ന് ഭക്ഷണമൊന്നും കഴിക്കരുത്"

അവൾ പറഞ്ഞത് ശരിയാണ്, വെളിയിൽനിന്ന് ഭക്ഷണം കഴിച്ചാൽ എന്തൊക്കെ കെമിക്കൽസ് ആയിരിക്കും മകന്റെ ഉള്ളിലെത്തുന്നത്? കാറിൽ കയറാൻനേരത്ത് ഭാര്യക്ക് ഉറപ്പ് കൊടുത്തു,

"കാറിൽനിന്നും ഇറങ്ങാതെ ഫാം ഹൌസും ട്രീസും കാണിച്ചിട്ട് പെട്ടെന്നുതന്നെ റിട്ടേൺ ചെയ്യാം"

വണ്ടിയുടെ സ്പീഡ് കൂട്ടിയപ്പോൾ മകന് ഭയമായി. ആൺകുട്ടികൾ ഇങ്ങനെ ഭയപ്പെടരുത്,

"സീ അപ്പ, യൂ ആർ എ ബോയ്; ഡോൺഡ് ബിഹേവ് ഏസ് എ ഗേൾ ചൈൽഡ്"

ഹൈവേയിൽനിന്നും മാറി നേരെയുള്ള റോഡ് അവസാനിക്കുന്നിടത്ത് അതിവിശാലമായ എസ്റ്റെയ്റ്റ്, കാവൽക്കാരൻ വന്ന് കൈകൂപ്പി വണങ്ങിയിട്ട് ഇരുമ്പ് കവാടം തുറന്നപ്പോൾ വണ്ടി ഓടുന്നത് വൻമരങ്ങൾ തീർത്ത തണലിലൂടെ ആയി. കാറിന്റെ ഷട്ടർ താഴ്ത്തി ഏസി ഓൺ ചെയ്തപ്പോൾ അവന്റെ കുഞ്ഞുകണ്ണിൽ സംശയത്തിന്റെ നിഴലാട്ടം. ഇവിടത്തെ കാറ്റിൽ രാസവസ്തുക്കളുടെയും മരുന്നിന്റെയും ഗന്ധമുണ്ടെന്ന് പറഞ്ഞാൽ അവനിപ്പോൾ മനസ്സിലാവില്ല. ബിസിനസ്, പണം ഇവയെല്ലാം മുന്നിൽ കാണുന്ന വൻമരങ്ങളെപ്പോലെ പടർന്ന് പന്തലിച്ചത് ഏതൊക്കെ രാസവസ്തുക്കളുടെ സഹായത്താലാണെന്ന് വലുതാവുമ്പോൾ അവനറിയട്ടെ.

ചുറ്റിലും തലയുയർത്തി നിൽക്കുന്നത് തൊഴിലാളികൾ അദ്ധ്വാനിച്ച് നട്ടുവളർത്തിയ മരങ്ങളാണ്. അവയിൽ ഓരോ വർഷവും കായ്ക്കുന്നത് അപൂർവ്വശക്തിയുള്ള പഴങ്ങൾ. വിശപ്പും ദാഹവും അറിയാതെ വാർദ്ധക്യം ഇല്ലാതാക്കുന്ന അവയുടെ വിത്തുകൾ പഴത്തിന്റെ ചുവട്ടിൽ ഉള്ളിക്കിടക്കുന്നതിനാൽ എളുപ്പത്തിൽ അടർത്തിയെടുക്കാം. പഴങ്ങൾ ജ്യൂസാക്കി കുടിക്കാം, വാറ്റിയെടുക്കാം, ഉണക്കാം. പിതാവിൽനിന്നും എസ്റ്റെയ്റ്റ് സ്വന്തമായശേഷം കണ്ടെത്തിയ

പുത്തൻ മരുന്നുകൾ തളിച്ചപ്പോൾ ഉല്പാദനം വർദ്ധിച്ച് വരുമാനം ഇരട്ടിച്ചു. സ്വദേശത്തും വിദേശത്തും ധാരാളം ബിസിനസ് കോൺട്രാക്റ്റുകൾ...

യാത്രക്കൊടുവിൽ ഫാം ഹൌസിനു മുന്നിൽ കാർ നിർത്തി ഡോർ തുറന്നു. മുതലാളിയുടെ കൂടെ മകനെയും കണ്ടപ്പോൾ ചില തൊഴിലാളികൾ അവന്റെ അടുത്തേക്ക് വന്നു. പെട്ടെന്ന് പിന്നിലേക്ക് നീങ്ങിയ മകൻ അവർക്കുനേരെ വിരൽചൂണ്ടി,

"ഡോൺഡ് ടച്ച്മീ, യൂ ഡേർട്ടി ഫെലോസ്......"

മകന്റെ വാക്കുകൾ കേട്ട് മുതലാളി സന്തോഷിച്ചെങ്കിലും ഞെട്ടിയ തൊഴിലാളികൾ ചിരിച്ചുകൊണ്ട് പിൻവാങ്ങി. വിവരമില്ലാത്ത വൃത്തിയില്ലാത്ത മനുഷ്യർക്ക് ഓമനിക്കാനുള്ളതാണോ മുതലാളിയുടെ ഓമനപുത്രൻ!

പെട്ടെന്നുതന്നെ ഫാം മാനേജർ ഫയലുകളുമായി ഓടിവന്നു. അയാൾക്ക് പറയാൻ അനേകം കാര്യങ്ങളുണ്ട്. ഇപ്പോഴുള്ള മരുന്ന് കാരണം തൊഴിലാളികൾക്ക് രോഗങ്ങൾ വരുന്നുണ്ടെന്നും അവരെല്ലാം ചേർന്ന് സമരം ആരംഭിക്കാൻ പദ്ധതിയുണ്ടെന്നും പറഞ്ഞപ്പോൾ രമേശന് ദേഷ്യം ആളിക്കത്തി,

"അതിന് അവരോട് ജോലിക്ക് വരാൻ നമ്മൾ പറഞ്ഞിട്ടില്ലല്ലോ, തൊഴിലില്ലാതെ പട്ടിണിയായ കാലത്ത് ജോലിയും കൂലിയും കൊടുത്ത നമ്മളാണോ കുറ്റക്കാർ? ഒരു കാര്യം ചെയ്യ്, അവരെയെല്ലാം പിരിച്ചുവിട്ട് പുതിയവരെ നിയമിക്ക്"

"സർ, അത് തൊഴിലാളി സംഘടനകൾ സമ്മതിക്കില്ല"

"ഒരു തൊഴിലാളി യൂണിയൻ? അവരുടെ നേതാക്കന്മാർക്ക് വല്ലതും കൊടുത്ത് കാര്യം ഒതുക്ക്"

ഫയലുകൾ നോക്കുന്നതിനിടയിൽ, അന്താരാഷ്ട്ര വിലനിലവാരവും മാർക്കറ്റിംങ്ങ് സീക്രട്ടും പറഞ്ഞുകൊണ്ടിരിക്കുമ്പോൾ അപ്പുവിന്റെ ശ്രദ്ധ വെളിയിലെ ചെടികളിൽ ഉടക്കി. പൂന്തോട്ടത്തിലൊക്കെ ഇതുവരെ കാണാത്ത വളരെവലിയ പൂക്കൾ. ഒരു പ്രാവിനോളം വലിപ്പമുള്ള ചിത്രശലഭം പറന്നുവന്ന് തളികയോളം വട്ടത്തിൽ കാണപ്പെട്ട ചെമ്പരത്തിപൂവിലെ തേൻ കുടിച്ച് പറന്നുപോകുന്നത് കണ്ടപ്പോൾ അവന്റെ കൊച്ചുകണ്ണിൽ കൌതുകം...

എന്തൊക്കെ കാഴ്ചകളാണ്!

അവനാകെ ആശ്ചര്യപ്പെട്ട് പുറത്തിറങ്ങി നടക്കാൻ തുടങ്ങി.

എങ്ങും നിറഞ്ഞിരിക്കുന്നത് ഇതുവരെ കാണാത്ത കാഴ്ചകൾ മാത്രം...

അല്പനേരം നടന്നപ്പോൾ സമീപത്തുകൂടി ഒഴുകുന്ന അരുവിയുടെ

കളകളാരവം അവന്റെ കുഞ്ഞുകർണ്ണങ്ങളിൽ പതിച്ചു. അരുവിയിലെ തെളിനീരിൽ നീന്തിത്തുടിക്കുന്ന വലിയ മത്സ്യങ്ങൾ... ചില മത്സ്യങ്ങൾ അവനെക്കാൾ വലുതാണ്.

പുതിയ ലോകം നോക്കിയും കണ്ടും അപ്പു മുന്നോട്ട് നടക്കാൻ തുടങ്ങിയപ്പോൾ...

അവനെല്ലാം മറന്നു...

മകൻ ഒപ്പമുണ്ടെന്ന കാര്യം അച്ഛനും മറന്നിരുന്നു...

ലക്ഷങ്ങളുടെയും കോടികളുടെയും കണക്കുകൾ പറയുന്നിടത്ത് മറ്റൊന്നും ഓർത്തില്ല.

സ്വന്തം മകന്റെ കാര്യം മുതലാളി മറന്നു...

എല്ലാ കണക്കുകളും ശരിയാക്കി തിരിച്ചുപോകാൻ നേരത്ത് കാറിന്റെ ഡോർ തുറന്നപ്പോൾ രമേശൻ മുതലാളി ഞെട്ടി,

ഡ്രൈവിംഗ് സീറ്റിന് സമീപം അപ്പുവിന്റെ കൊച്ചു 'ജെ.സി.ബി'...

പെട്ടെന്ന് മകന്റെ ചിന്തയുദിച്ച അച്ഛൻ അവനെ വിളിക്കാൻ തുടങ്ങി,

"അപ്പൂ... കം ഹിയർ... വേർ ആർ യൂ......"

അല്പസമയം കാത്തിരുന്നിട്ടും അപ്പു വന്നില്ല. തന്റെ വിളികേട്ടിട്ടും മകൻ വരുന്നില്ല എന്നറിഞ്ഞ പിതാവ്, ഫാമിനുചുറ്റും നടന്ന് അപ്പുവിനെ ഉച്ചത്തിൽ വിളിച്ചു,

"അപ്പൂ... പൊന്നുമോനേ...നീയെവിടെയാ ഉള്ളത്?"

വിളികേൾക്കാനോ മറുപടി പറയാനോ അപ്പു സമീപത്തൊന്നും ഇല്ലെന്ന അറിവ് അദ്ദേഹത്തിന്റെ തലയിൽ ഇടിമിന്നലായി പതിച്ചു. പുറപ്പെടാൻ നേരത്ത് ഭാര്യ പറഞ്ഞ ഉപദേശത്തിന് ഒരു വിലയും കല്പിക്കാത്തതിൽ സ്വയം പഴിചാരാൻ തുടങ്ങിയ സമയത്താണ് കുട്ടികളുടെ ശബ്ദം കേട്ടത്. ആ ശബ്ദത്തിന്റെ ഉറവിടംതേടി അയാൾ നടന്നു.

അവിടെ അരുവിയുടെ കരയിൽ വെള്ളത്തിൽ കുഴച്ച മണ്ണ്‌വാരി കളിക്കുകയും തിന്നുകയും ചെയ്യുന്ന നാല് കുട്ടികൾ!!! ദേഹമാസകലം ചെളിയിൽ മുങ്ങിയ കുട്ടികളെ കണ്ടപ്പോൾ അയാൾക്ക് അറപ്പുതോന്നി. എങ്കിലും...

അവരോട് ചോദിച്ചാൽ മകനെക്കുറിച്ച് അറിയുമായിരിക്കും...

നടത്തത്തിന് വേഗതകൂട്ടി അവരെ സമീപിക്കുമ്പോൾ രമേശൻ വ്യക്തമായി കണ്ടു, അവരിൽ മൂന്ന് കുഞ്ഞുങ്ങളുടെ തല അസാധാരണമായ അളവിൽ വളർന്നിരിക്കുന്നു. കാലുകൾ മെലിഞ്ഞ് നടക്കാൻ പറ്റാത്തതിനാൽ മൂന്നുപേരും വെറുംനിലത്ത് ഇഴയുകയാണ്. തന്റെനേരെ തുറിച്ചുനോക്കുന്ന വലിയ കണ്ണുകളുള്ള അവർ

മനുഷ്യജീവികളാണെന്ന് വിശ്വസിക്കാൻ അദ്ദേഹത്തിന് പ്രയാസം തോന്നി.

അദ്ദേഹം നോക്കിനിൽക്കെ മുഷിഞ്ഞ വസ്ത്രം ധരിച്ച മൂന്ന് സ്ത്രീകൾ വന്ന് ഓരോ കുട്ടിയെയും എടുത്തശേഷം അവരുടെ ഭാരമുള്ള തല ചുമലിലേറ്റി മുന്നോട്ട് നടന്നു. ഒടുവിൽ വന്ന സ്ത്രീ മൂന്നാമത്തെ കുഞ്ഞിനെയും എടുത്ത് ചുമലിലിട്ടപ്പോൾ അവശേഷിച്ച കുഞ്ഞ് ദയനീയമായി ചുറ്റും നോക്കുകയാണ്.

അവനെന്താ ഇങ്ങനെ നോക്കുന്നത്??? മുതലാളിക്ക് ആകെ സംശയമായി...

അവന്റെ ഡ്രസ്സ് അപ്പുവിനെപ്പോലെയാണല്ലോ???

പെട്ടെന്ന് നാലാമത്തെ കുട്ടി എഴുന്നേറ്റപ്പോൾ രമേശൻ മുതലാളി ഭയം കൊണ്ട് വിറച്ചു. അവൻ ഉച്ചത്തിൽ പറയുകയാണ്,

"പപ്പാ പുവർ ബോയ്സ്, ദെയാർ ഈറ്റിംഗ് മഡ്. ഇറ്റ് ഈസ് സോ ടെയ്സ്റ്റി, ഐ ലൈക്ക് മഡ് ആന്റ് വാട്ടർ"

മണ്ണിൽ മുങ്ങിയ സ്വന്തം മകന്റെ വാക്കുകൾക്ക് ചെവികൊടുക്കാൻ തയ്യാറാവാതെ അദ്ദേഹം തിരികെ നടന്നു. ഏകമകന് ഇനിയങ്ങോട്ട് വരാനിടയുള്ള ദുരന്തങ്ങൾ ഓർത്തപ്പോൾ രമേശന്റെ ശരീരം വിറക്കാൻ തുടങ്ങി. മണ്ണിലും വെള്ളത്തിലും കലർന്ന വിഷം അവനിൽ പ്രവേശിച്ചിരിക്കയാണ്. ഇനിയെങ്ങിനെ തിരിച്ചുപോവും?

ചെളിയും മണ്ണും പുരണ്ട് തന്റെ പിന്നാലെ വരുന്ന നാലാമത്തെ കുഞ്ഞ് സ്വന്തം മകൻ അപൂർവ്വ് തന്നെയാണെന്ന ചിന്ത രമേശൻ മുതലാളിയുടെ ബോധമണ്ഡലത്തിൽ കടന്ന് കറങ്ങാൻ തുടങ്ങി. മകനോടൊപ്പം കളിച്ച മൂന്ന് കുഞ്ഞുങ്ങളെപ്പോലെ ഭാവിയിൽ അവനും മാറിയാലുള്ള അവസ്ഥ ആലോചിച്ചപ്പോൾ കണ്ണിലാകെ ഇരുട്ട് പടരാൻ തുടങ്ങി.

●

നീ പോയിറ്റ് നാളെ ബാ...

“എണ്ണെ മീനാച്ചി നിന്നെയെത്രയായി കണ്ടിറ്റ്?”

“അതെന്താ ഏച്ചീ, അങ്ങനെ പറേന്നത്? മിനിയാന്ന് ഞാനീവീട്ടിന്റെ മുമ്പ്ന്നെല്ലെ ബയലിന്റെ കെളയെറങ്ങീറ്റ് ആണിച്ചാലിലൂട്ടെ നടന്ന് ഓലവെലിക്കാൻ പോയത്”

“നിന്റെ വീട്ടില് ഗാസില്ലെ? പിന്നെന്തിനാ ഓലബെലിക്കാൻ പോയത്?”

“വീട്ടില് ഗാസിണ്ടായിറ്റും പറമ്പില് ഓലേം മട്ടലും വീണിറ്റ്കാണമ്പം അനക്ക് പണ്ടത്തെപോലെ, ബെലിച്ച് തരക്കികീറീട്ട് കത്തിക്കാഞ്ഞാൽ ഒരെന്തോപോലെ? ഞാനുള്ള കാലത്തോളം വയല്ന്നെല്ലാം ഓലവലിച്ച് അടുപ്പില് തീ കത്തിക്കും”

“കാലംപോയ പോക്ക്! ഈ ബയലിലെല്ലാം എത്ര ആളുകള് ഞാറ്നടാനും നെല്ല് മൂരാനും പോയതാ? അന്നെല്ലാം നാട്ടിപ്പണിക്കാറ് ഞാറ് നടുമ്പം പാട്ട് പാട്ന്നത് ഈടെയുള്ള നമ്മളെ പയേ ഓലപ്പൊരേലിര്ന്നിറ്റ് ഞാനെത്ര കേട്ടതാണ്?”

“ഇപ്പം എല്ലാടെം മാറുകയാ... വയലെല്ലാം പോയി തെങ്ങ് നെറഞ്ഞില്ലെ?”

“എന്നാലും നീയെങ്ങനെയാ ഇക്കാലത്ത് അടുപ്പില് തീക്കത്തിക്കുന്നത്? നമ്മളെ മക്കക്ക് കൊറച്ചിലല്ലെ?”

“മക്കള് പറഞ്ഞാലും അനക്ക് കൈയ്യുന്ന കാലത്ത് ഞാൻ വെറകത്തിക്കും”

“മക്കളൊക്കെ ബല്തായാല് അവര് പറേന്നത് കേട്ട് നമ്മള് നടക്കണ്ടെ?”

“എന്ന്ബെച്ച് നമ്മള് പഠിച്ച ശീലങ്ങളെല്ലാം മാറ്റാമ്പറ്റുഓ?”

“ഏച്ചിക്കറിയോ... കയ്ഞ്ഞേസം അന്റെ മോളെ മോള്, മൊബെയിലിൽ ബർത്താനം പറിന്ന്... അരോടാന്നാറിയോ?”

"ആരോടാ? ഓള് മംഗലം കയ്ക്കാനായില്ലെ?"

"ഓള് അമേരിക്കേലുള്ള ഏതോ ഒരുത്തനോട് വർത്താനം പറേന്നത് ഞാൻകാണ്വേം കേക്ക്വേം ചെയ്തു"

"ഇതെന്നാ ഞാനീ കേക്കുന്നത്? ബാലിയക്കാരത്തിയായ പെണ്ണ് ഏതോനാട്ടിലെ കണ്ട അണ്ണങ്ങളുമായി ബർത്താനം പറയാനോ? ഒരുത്തന്റൊപ്പം പോണ്ട പെണ്ണാണ്... ഓളെ അമ്മെനോട് നിനക്ക് പറഞ്ഞൂടായിരുന്നൊ?"

"ഓളോട് പറഞ്ഞാ കണക്കായിപ്പോയി... ഒരന്തോം കുന്തോം ഇല്ലാത്ത അമ്മച്ചിയാണ്. ആകെയൊരു മോളുള്ളേനെ തലേലും നെലത്തും വെക്കാണ്ടാ പോറ്റുന്നത്. ഞാമ്പറഞ്ഞാല് എന്നെയാ കുറ്റം പറയ... 'അമ്മക്കൊരു വിവരോമില്ല, ഇന്നത്തെ പിള്ളേരൊക്കെ അങ്ങനെയാ വളരേണ്ടന്ന്'"

"അന്റെ മോനാ ആദ്യായിട്ട് ഈനാട്ടില് കമ്പ്യൂട്ടറും മൊബൈലും കൊണ്ട്വന്നത്; ഇപ്പം നാട്ടിലെല്ലാടത്തും ടീവീം കമ്പ്യൂട്ടറും മൊബൈലും ആയിന്. പിന്നെ നീയാ ഏറ്റ്കാരൻ ചന്ദ്രന്റെ പുതിയബീട് കണ്ടിനോ?"

"അതെന്റെ ഏച്ചീ കാണേണ്ട കായ്ച്ചയായിരുന്നു... രണ്ട്നെലേല് കൊട്ടാരം പോലത്തെ വീട്! ഈ നാട്ടിലൊന്നും അത്രക്ക് വെലിയ വീട് കാണ്വല്ല, ഞാനാ വീട്ട്കൂടിമ്മേന്റെ പിറ്റേന്ന് [illegible]... ഓന്റെ ഓളക്കണ്ടാല് എന്തൊര് രസാണ്? വീട്ടിലിരിക്കുമ്പോം പൊന്നോണ്ട് മൂടിറ്റാ നടക്കുന്നത്. ഓളെ അമ്മ നമ്മളെ മുമ്പിലൂടെ പണ്ട് തെണ്ടി നടന്നതല്ലെ?"

"അതാരാപ്പാ അയിലെ പോന്നത്?"

"അത് നമ്മളെ പോസ്റ്റ്മാൻ രമേശനാ, ഓനിങ്ങോട്ടാണല്ലൊ ബര്ന്നത്"

"അന്റെ മോന്റെ പേരില് എടക്കിടെ ഓരോ കടലാസ് വരും, അല്ലാതെ ഇപ്പാരാ കത്തൊക്കെ അയക്കുന്നത്?"

"യശോദേടത്തി, ലതീഷിന്റെ പേരിലൊരു കവറുണ്ട്?"

"മോനിങ്ങ് ചാടിക്കൊ, ഞാമ്പിടിച്ചോളും"

"ഇതാ പിടിച്ചോ... അല്ലാ, ഇതാരൊക്കെയാ? രണ്ടാൾക്കും മടിയിൽ വെക്കാൻ ഓരോ കുട്ടികളെയും കിട്ടിയിട്ടുണ്ടല്ലൊ?"

"ഇത് അന്റെ മൂത്ത മോള് സൌമിനിന്റെ മോള മോള്, പിന്നെ മീനാച്ചീന്റെ മടീലുള്ളത് അന്റെ എളേ മോന്റെ മോൻ"

"അത് നന്നായി, ഈ വയസുകാലത്ത് കുട്ടികളെയും കളിപ്പിച്ച് ഇരിക്കാലോ?"

"മോളിന്ന് രാവിലെ ഓള വീട്ടിന്ന് വന്നതാ, ഇനീപ്പം വയീറ്റ്

പോകും"

"എന്നാൽ ഞാനിപ്പം പോട്ടെ, കവറ് മോന്റെ കൈയിൽ കൊടു ത്തേക്കണം"

"മോൻ പോയ്ക്കൊ"

"ഏച്ചിക്കറിയോ, ഇവനടുത്ത ആയ്ച്ച ദുബായീപോകും, വിസ ശരിയായിട്ട്ണ്ട് പോലും"

"അപ്പൊ പോസ്റ്റാപ്പീസില് ആളെ ബേണ്ടെ?"

"പോസ്റ്റാപ്പീസില് പുതിയാള് വരുമായിരിക്കും. പിന്നെ അന്റെ മോള് ലച്ചീന്റെ പുരുവൻ അടുത്ത മാസം ദുബായീന്ന് വരുന്നുണ്ട്"

"നിനിക്ക് കോളായല്ലൊ... നാട്ടിലെല്ലാറും ദുബായീ പോയിറ്റും പണിയെടുത്തിട്ടും നന്നായി, ഈട അന്റെ വീട്ടില്മാത്രം പണ്ടത്തെപ്പോലെ"

"അതെന്താ ഏച്ചി അങ്ങനെ പറേന്നത്? ഈടയിപ്പം എല്ലാർക്കും സർക്കാറ് ജോലി കിട്ടി ശമ്പളം വാങ്ങ്ന്നില്ലെ?"

"ഓറെല്ലാം ശമ്പളം വാങ്ങിട്ട് അനക്കെന്നാ കൊണം? അടുക്കള പ്പണിയെടുത്ത് നേരാംവണ്ണം വെച്ച്വെളമ്പാൻ വീട്ടില് ആരെങ്കിലും ഉണ്ടോ?"

"അയിന് നിങ്ങളെന്തിനാ ആണ്മക്കൾക്ക് ഉദ്യോഗം ഉള്ള പെണ്ണിനെ നോക്കീറ്റ് കല്ല്യാണം കയ്പ്പിച്ച് കൊടുത്തത്?"

"അത് ഞാമ്പറഞ്ഞിട്ടാണോ? ഓറെ പെങ്ങമ്മാര് ടീച്ചറ്മാറായതു കൊണ്ട് ഈടെ വരുന്ന പെണ്ണിനും ജോലി ബേണംന്നാ ആണ്മക്കള് പറഞ്ഞത്"

"എന്നാപ്പിന്നെ പറഞ്ഞിട്ടെന്താ കാര്യം? എന്റെ മക്കൾക്കൊന്നും സർക്കാർ ജോലി ഇല്ലാത്തതുകൊണ്ട് വീട്ടില് വന്ന പെണ്ണിനൊന്നും ജോലിയില്ല. അതുകൊണ്ടെന്തായീ... എന്റെ മോന്റോള് സീന അടു ക്കളേൽതന്ന്യാ എപ്പഴും"

"നീയിപ്പം അടുക്കളേൽ കേരാതെ ഇങ്ങനെ നടക്ക്വാ? നല്ല സൊകം"

"അതെങ്ങനെയാ ഏച്ചീ മോൻ മംഗലം കയ്ച്ചിറ്റ് ഒരുത്തി ബന്ന് കേരിയാലും അടുക്കളേല് ഞാനില്ലാതെ ഓക്കാകെ ബെഷമാഊല്ലേ? ഓളൊപ്പരം ഞാനും ഉണ്ടാവും"

"ഈട വന്ന്കേരിയവര് ഏത്നേരത്തും പടിത്തോം ബായനയു മാണ്. "

"അത്പിന്നെ അവര് ടീച്ചറ്മാരാവുമ്പം കൊറേ വായിക്കണ്ടേ? ഏച്ചീന്റെ മോളും അടുക്കളപ്പണിയൊക്കെ എടുക്കാതെ എപ്പോം വായനയല്ലെ?"

“എന്നാലും ആരാന്റെ വീട്ടിന്ന് വന്നവര് നേരത്തും കാലത്തും അടുക്കളപ്പണി എട്ക്കണ്ടേ”

“അതോണ്ടാ ഞാമ്പറഞ്ഞത് പണിയില്ലാത്ത പെണ്ണിനെ ആണ്മക്കള് മംഗലം കയിക്കണംന്ന്. അന്റെ മോന്റോള് സീന എത്ര പണക്കാരത്ത്യാ? എന്നിട്ടും അന്നോട് പറഞ്ഞത് അടുക്കളേന്ന് ഒരു പണിയും അമ്മ എട്ക്കണ്ടാന്നാ”

“അതെല്ലം നിന്റെ മക്കള്, അന്റെ മക്കളെല്ലാം ബീയേം എമ്മേം പടിച്ചവരല്ലെ?”

“അതിപ്പം പഠിക്കുന്നതല്ലെ ഏച്ചി ബെല്ല്യകാര്യം?”

“അന്നാലും എല്ലാരും പണിക്കുപോയാല് ഒറ്റക്കിരിക്കുമ്പോൾ ഒരു ബെശമം. ഇന്നാളൊരു ദിവസം അന്റെ ഇച്ചീന്റെ വീട്ടിലെക്കാര്യം നിനക്കറിയോ?”

“ഇച്ചീന്റെ വീട്ടിലൊ? എന്നാ കാര്യം?”

“ഓള് ഒറ്റക്കുള്ളേരം ഒരു ബാലിയക്കാരൻ കാർഡുമായിറ്റ് പൈശക്ക് എരക്കാൻ ബന്ന്. ഈടെ ആളില്ലാന്ന് എത്ര പറഞ്ഞിട്ടും ഓൻ പോന്നില്ല. അവസാനം ഓൻ മിറ്റത്ത്ന്ന് ചേദിക്ക് കേരിബ ന്നേരം ഇച്ചി പറഞ്ഞ്, ‘അന്റെ ആങ്ങള പോലീസാണ്, ഓനെയിപ്പം വിളിക്കുന്ന്’. അന്നേരം ഓങ്കീഞ്ഞി പാഞ്ഞൂട്ടും”

“അതാ ഇപ്പത്തെ കാലം. ഏച്ചി ഒറ്റക്ക് വീട്ടിലിരിക്കുമ്പം വാതിലെല്ലാം അടച്ചിട്ടേക്കണം. ആര് വിളിച്ചാലും ആളെ നോക്കാതെ തൊറക്കരുത്”

“ഞാനൊറ്റക്കുള്ളേരം പൈശ കൊടുക്കുകയേ ഇല്ല. പിന്നെ കെളവന്മാരാന്ന് കണ്ടാല് ജനലിന്റുള്ളൂട്ടെ ഒരുറുപ്പ്യമാത്രം കൊടുക്കും. അതൊന്നും മക്കളോട് പറീല്ല്യ”

“ഓ, പള്ളീന്ന് മാപ്പിള ബൈരംകൊടുക്കാൻ തൊടങ്ങി. കൊറേ നേരായല്ലൊ ഞാനീടെ ഇരിക്കുന്നത്... ഞാമ്പോയിട്ട് നാളെബൈരാം”

“അല്ല മീനാച്ചി അനക്കൊരു തംശ്യം”

“എന്നാ ഏച്ചീ?”

“ഓ, ഒന്നൂല്ല; അയ് പിന്നെപ്പറിയാം”

“എന്നാ ഞാമ്പോട്ടെ, മോനേ ഈട ഇരിക്ക്; ഞാമ്പോട്ടെ മോനേ, മോളേ”

“നീ പോയിറ്റ് നാളെ ബാ”

ശ്യാമള കരയുകയാണ്

നാട്ടിൻപുറത്തുള്ള വീട്ടമ്മമാരുടെയെല്ലാം താരമാണ് വാടകവീട്ടിൽ താമസ്സിക്കുന്ന കോട്ടയക്കാരി ശ്യാമള. ശ്യാമളാദേവിഅമ്മക്ക് വേണ്ടി പൊന്ന് തൂക്കികൊടുത്തും പണം എണ്ണികൊടുത്തും അവളുടെ പിതാവ് വാങ്ങികൊടുത്ത ഭർത്താവ് 'കോമളൻ' അല്ലെങ്കിലും നാട്ടുകാർ പേരിട്ടു,

'കോമളൻ'

കണ്ണൂർ ജില്ലയിലെ വലിയൊരു സർക്കാർ ഓഫീസിൽ ചെറിയൊരു ക്ലാർക്കിന്റെ പദവി അലങ്കരിക്കുന്നവനാണ് കോമളൻ. കോട്ടയക്കാരായ 'ശ്യാമളാ കോമളന്മാർ' കണ്ണൂരിലെത്തിയപ്പോൾ ഓഫീസിനു സമീപമുള്ള ഗ്രാമത്തിലെ വീട്ടിലാണ് താമസം. അവരുടെ കോമളകുമാരന്മാർ രണ്ടുപേരും പിച്ചവെച്ചനാൾ തൊട്ട് പഠിക്കുന്നത് ബോർഡിങ്ങ് സ്കൂളിൽ ആയതിനാൽ താമസസ്ഥലത്ത് കുമാരകേളികൾ ആടാറില്ല.

കല്ല്യാണം കഴിഞ്ഞ് കണ്ണൂരിലെത്തിയ അന്നുമുതൽ ശ്യാമള, കോമളനോട് പറയാൻ തുടങ്ങി,

"ചേട്ടാ നമുക്ക് ഇവിടെ സ്വന്തമായി വലിയൊരു വീട്‌വെച്ച് താമസിക്കണം. എനിക്കിവിടം നന്നായി ഇഷ്ടപ്പെട്ടു"

എങ്കിലും പത്തുവർഷത്തിനു ശേഷമാണ് പദ്ധതി ആരംഭിച്ചത്. താമസ്സിക്കുന്ന വീട്ടിൽ നിന്നും രണ്ട് കിലോമീറ്റർ അകലെ കാട് നിറഞ്ഞ സ്ഥലം ചെറിയ വിലക്ക് വാങ്ങിയശേഷം അവിടെയുള്ള കുന്ന് ഇടിച്ച് നിരത്തിയിട്ട് അവരുടെ സ്വപ്നഭവനത്തിന്റെ പ്ലാൻ ശരിയാക്കി.

ഉദ്യോഗസ്ഥരുടെ തൊഴിൽരഹിതകളായ ഭാര്യമാരിൽനിന്നും വ്യത്യസ്ഥയാണ് നമ്മുടെ ശ്യാമള. ജോലിയില്ലാത്ത ഭാര്യയാണെങ്കിൽ കിട്ടുന്ന ശമ്പളം മുഴുവൻ അവളെ ഏല്പിക്കുന്നവരാണ് പൊതുവേ

ഉദ്യോഗസ്ഥരായ ഭർത്താക്കന്മാർ. അവരുടെ വീട്ടുചെലവ് നോക്കി നടത്തുന്നത് ഭാര്യ ആയിരിക്കും. ഭർത്താവിന് ആവശ്യമായ പണം കൊടുക്കുന്നതും സമ്പാദിക്കുന്നതും ബേങ്ക് ബാലൻസിന്റെ കണക്ക് നോക്കുന്നതും ഹൌസ്‌വൈഫിന്റെ പരിധിയിൽ ഉൾപ്പെട്ട ഡ്യൂട്ടികളാണ്. എന്നാൽ ശ്യാമളയുടെ വീട്ടിൽ ഈച്ച പറക്കുന്നതുപോലും കണവന്റെ കൺട്രോളിലായത് അവൾക്ക് വളരെ ഇഷ്ടമാണ്. ആദ്യരാത്രിയിൽ ആദ്യമായി സംസാരിച്ചതു മുതൽ ഭർത്താവ് പറയുന്നതിനെതിരായി ഒരു വാക്കുപോലും ഉരിയാടാതെ അനുസരിക്കുന്ന അവളൊരു കുലസ്ത്രീയാണ്.

ഭർത്താവ് ഓഫീസിൽനിന്നും വീട്ടിലെത്തുമ്പോൾ ശ്യാമളയുടെ സ്വീകരണം കാണാനായി അയൽവീട്ടുകാർ ഒളിഞ്ഞും തെളിഞ്ഞും നോക്കാറുണ്ട്. പുരുഷന്മാർ നേരിട്ട് നോക്കി ആസ്വദിക്കുമ്പോൾ സ്ത്രീകൾ ഒളിച്ചിരുന്ന് നോക്കും.

ഭർത്താവ് വരുന്ന സമയത്ത് മതിലിനപ്പുറത്ത് ബൈക്കിൽ ഒഴുകിവരുന്ന കഷണ്ടിത്തല കണ്ടാൽ പെട്ടെന്ന് ഓടിപ്പോയി ഗെയ്റ്റ് തുറക്കും. വണ്ടിയിൽനിന്നും കൈപിടിച്ച് ഇറക്കിയ ശേഷം ബാഗും മറ്റും വാങ്ങി ഒരു കൈയിൽ പിടിച്ചശേഷം മറുകൈകൊണ്ട് മുറ്റത്തെ പൈപ്പ് തുറന്ന് കഴുകാൻ പറയും. പിന്നീട് വരാന്തയിൽ കയറിയ ഉടനെ ഉണങ്ങിയ തുവാല എടുത്തുകൊടുക്കും. കൊച്ചുവർത്തമാനങ്ങൾ പറഞ്ഞ് അകത്തുകയറി ഡൈനിങ്ങ് റൂമിലിരുത്തിയിട്ട് ചൂടുള്ള ചായയും ചപ്പാത്തിയും മുന്നിലെത്തിക്കും. തുടർന്ന് ചപ്പാത്തിയുടെ ചെറുപീസ് കറിയിൽ മുക്കിയിട്ട് വായിൽ വെച്ചുകൊടുക്കും.

ഭർത്താവിന്റെ ഒപ്പം മറ്റാരെങ്കിലും ഉണ്ടായാൽപോലും ശ്യാമളയുടെ ഭർതൃശുശ്രൂഷയിൽ മാറ്റം ഉണ്ടാകാറില്ല. തന്റെ നല്ലപാതിയുടെ നല്ലഗുണം കാണിച്ച് അസൂയപ്പെടുത്താനായി കോമളൻ ഓഫീസിലുള്ളവരെ ചിലപ്പോൾ വീട്ടിലേക്ക് ക്ഷണിക്കും. വീട്ടിലെത്തിയാൽ കോമളനെകൊണ്ട് ഒരു ജോലിയും ശ്യാമള ചെയ്യിക്കത്തില്ല. അദ്ദേഹത്തിനു വേണ്ട സോപ്പ് ചീപ്പ്, പൌഡർ എന്നിവ മാത്രമല്ല; ധരിക്കാനുള്ള വസ്ത്രങ്ങളും ഭാര്യ എടുത്ത് കൈയിൽ കൊടുക്കും.

കോമളൻ രാവിലെ ഓഫീസിൽ പോകുമ്പോൾ ബാഗുമെടുത്ത് ഗെയ്റ്റ്‌വരെ ശ്യാമള അനുഗമിക്കും. ഉച്ചഭക്ഷണത്തിന് മറ്റുള്ളവർ പകുതി വെന്ത ചോറും മിക്സിയിൽ അരച്ച് ഉപ്പും മുളകും ശരിയാവാത്ത ചമ്മന്തിയും കൂട്ടി ഉണ്ണുമ്പോൾ കോമളൻ അച്ചാറും ഉപ്പേരിയും പപ്പടവും സാമ്പാറും കാളനും അയല പൊരിച്ചതും കൂട്ടി നല്ല കുത്തരിയുടെ ചോറ് ഉണ്ണും. എന്നിട്ട് മറ്റുള്ളവരെ നോക്കി പറയും,

“എടോ ഇതാണ് ജോലിയില്ലാത്ത പെണ്ണിനെ കല്ല്യാണം കഴിച്ചാലുള്ള ഗുണം”

അസൂയ അസഹനീയമായ സഹപ്രവർത്തകർ പെട്ടെന്ന് ഭക്ഷണം മതിയാക്കി ലഞ്ച്ബോക്സ് അടച്ചുവെക്കും. കൈകഴുകുമ്പോൾ വീട്ടിലെത്തിയാൽ ഭാര്യയെ കുറ്റംപറയാനുള്ള വാക്കുകൾ മനസ്സിൽ ഉരുവിടും.

ശ്യാമളകോമളന്മാർ കാരണം വിഷമിച്ചത് അയൽപക്കത്തെ ഭാര്യമാരാണ്. അവരുടെ ഭർത്താക്കന്മാർ ദിവസേന പത്ത് തവണയെങ്കിലും ശ്യാമളയുടെ പേര് പറഞ്ഞിരിക്കും,

"എടീ കഴുതേ, ആ ശ്യാമളയെ നോക്കിപഠിക്ക്; സ്വന്തം ഭർത്താവിനെ ദൈവത്തെപോലെ നോക്കുന്ന കുലസ്ത്രീ ആണവൾ"

അതെല്ലാം കേൾക്കുന്ന അയൽവാസിനികൾ മിണ്ടാതിരിക്കും.

ഒരു ദിവസം അയൽക്കാരിയായ ഒരു ടീച്ചർ മറുപടി പറഞ്ഞു,

"അവൾ നോക്കുന്നത് വെറുതേയല്ല; ലക്ഷങ്ങൾ സ്ത്രീധനമായി എണ്ണികൊടുത്തിട്ട് അയാളെ വാങ്ങിയതാണ്. വില കൂടിയ തത്തയെ പറന്നുപോകാതെ, പാലും പഞ്ചസാരയും പഴവും കൊടുത്ത് സൂക്ഷിക്കേണ്ടേ... ഒരു കുലസ്ത്രീയാണ് പോലും,"

ആ ടീച്ചർ പിറ്റേദിവസം ദന്തിസ്റ്റിനെ കാണാൻ പോയി.

പുതിയ വീട് നിർമ്മാണവുമായി മുന്നോട്ട് പോയപ്പോൾ ശ്യാമളക്ക് ജോലിഭാരം കൂടി. ഒഴിവ് ദിവസങ്ങളിൽ അവർ രണ്ടുപേരും വീടു പണിയുന്ന സ്ഥലത്തായിരിക്കും. ഓഫീസ് വിട്ട് വന്നാൽ ഇരുവരും ചേർന്ന് സ്വന്തം വണ്ടിയിൽ ഭവനനിർമ്മാണ സൈറ്റിലേക്ക് പോകും. നിർമ്മാണത്തിന്റെ ആദ്യപടിയായി ഇരുപത് കോൽ ആഴമുള്ള കിണർ പണിത്, വെള്ളം ഉപയോഗിക്കാൻ തുടങ്ങി.

ഒരു വൈകുന്നേരം,

ജോലി കഴിഞ്ഞ് പോകാൻ നേരത്ത് തൊഴിലാളികൾ കോമളനോടായി പറഞ്ഞു,

"സാറെ നാളെ രാവിലെ സിമന്റ് പണിക്ക് ധാരാളം വെള്ളം വേണം. ഒരു മോട്ടോർ വാങ്ങി ഘടിപ്പിച്ചാൽ നന്നായിരുന്നു"

"അതിന് ആവശ്യമായ വെള്ളം ഇന്നുതന്നെ കിണറ്റിൽനിന്നും കോരിയിട്ട് നിറച്ചാൽ പോരെ? വലിയ രണ്ട് സിന്തറ്റിക്ക് ടാങ്കും അനേകം ബക്കറ്റുകളും ഉണ്ടല്ലൊ"

അങ്ങനെ പറഞ്ഞുകൊണ്ട് നേരെ കിണറ്റിനടുത്തേക്ക് നടക്കുന്ന ഭർത്താവിനെ ഓവർടെയ്ക്ക് ചെയ്ത്, ഭാര്യ വെള്ളം കോരാൻ തുടങ്ങി.

ബക്കറ്റ് കിണറ്റിൽ താഴ്ത്തി ശ്യാമള വെള്ളംകോരി ഒഴിക്കുമ്പോഴാണ് സമീപത്തെ ലോഡ്ജിൽ താമസിക്കുന്ന സഹപ്രവർത്തകന്റെ വിളി വന്നത്.

"എടാ നീ പെട്ടെന്നിങ്ങോട്ട് വരണം. ഒരാൾ നിന്നെയും കാത്ത്

ഇവിടെ നില്പുണ്ട്, ബാക്കി വന്നാൽ പറയാം"

"ഓ ഞാനിതാ അഞ്ച് മിനിറ്റിനകം എത്താം"

മൊബൈൽ ഓഫാക്കിയിട്ട് ബൈക്കിൽ കയറുമ്പോൾ ശ്യാമള യോടായി പറഞ്ഞു,

"ഒരാൾ ലോഡ്ജിൽ വെയ്റ്റ് ചെയ്യുന്നുണ്ട്. ഞാൻ വരുന്നതു വരെ വെള്ളം കോരി ഒഴിക്ക്"

തലകുലുക്കികൊണ്ട് അവൾ അടുത്ത ബക്കറ്റ് വെള്ളം ഉയർത്താൻ തുടങ്ങി.

കോമളനെ ലോഡ്ജിൽ കാത്തിരുന്നത് രണ്ട് സഹപ്രവർത്തക രും രണ്ട് കുപ്പികളും ആയിരുന്നു. അവ കാലിയാക്കാനായി അവരോട് സഹകരിച്ചപ്പോൾ സമയം പോയതും സൂര്യൻ അസ്തമിച്ചതും ശ്യാമള വെള്ളം കോരുന്നതും ഓർമ്മയിൽ വന്നില്ല. ലഹരിയിൽ മുങ്ങി ത്താണ് എല്ലാം കഴിച്ചു കഴിഞ്ഞപ്പോൾ സമയം രാത്രി എട്ട് മണി കഴിഞ്ഞിരിക്കുന്നു...

ശ്യാമള കിണറ്റിൽനിന്നും വെള്ളം കോരി ചെറുതും വലുതുമായ ബക്കറ്റുകളിൽ നിറച്ചു. പിന്നെ ആയിരം ലിറ്റർ കൊള്ളുന്ന വലിയ ടാങ്ക് നിറക്കാൻ തുടങ്ങി. ഒടുവിൽ അതും നിറഞ്ഞപ്പോൾ അടുത്ത ടാങ്കിന്റെ മൂടി തുറന്നശേഷം വെള്ളം കൊരുന്നത് നിർത്താതെ തുട ർന്നുകൊണ്ടേയിരുന്നു. അദ്ദേഹം തിരിച്ചെത്തുന്നതു വരെ വെള്ളം കോരാനല്ലേ പറഞ്ഞത്. അപ്പോഴാണ് കിണറിനടിയിലെ പാറയിൽ ബക്കറ്റ് മുട്ടുന്ന ശബ്ദം കേട്ടത്. വെള്ളം തീർന്നു എന്ന് അറിഞ്ഞപ്പോൾ അവൾക്കാകെ വിഷമമായി.

'ഇനി അദ്ദേഹം വരുന്നത് വരെ എങ്ങനെ വെള്ളം കോരും? രണ്ടാമത്തെ ടാങ്ക് നിറയാൻ നാല് ബക്കറ്റ് വെള്ളം കൂടി വേണം'.

ആ നേരത്താണ് അവൾ ചുറ്റുപാടും ശ്രദ്ധിച്ചത്. ഇരുൾമൂടിയ പരിസരം, സമീപത്തൊന്നും വീടുകൾ ഇല്ലാത്തതിനാൽ ഒരു മനുഷ്യ ജീവിയെയും കാണാനായില്ല. പക്ഷികൾ ചേക്കേറാൻ പോയതോടെ കുറ്റിക്കാട്ടിൽ നിന്നും രാത്രിഞ്ചരന്മാരായ കുറുക്കന്മാർ ഓരിയിടാൻ തുടങ്ങി. തിരികെ പോകാനാണെങ്കിൽ ഇരുട്ടത്ത് വീട്ടിലേക്കുള്ള വഴി യെപറ്റി ഒരു രൂപവും ഇല്ല. ഭയംകൊണ്ട് വിറച്ച ശ്യാമള കിണറിന് സമീപത്തെ മരച്ചുവട്ടിലിരുന്ന് കരയാൻ തുടങ്ങി. ഒരു കാര്യത്തി ലാണ് അവൾക്ക് വിഷമം,

'ചേട്ടൻ വരുന്നതുവരെ വെള്ളംകോരാൻ ഇനിയെന്ത് ചെയ്യും?'

കൃത്യം എട്ടുമണി കഴിഞ്ഞ് മൂന്ന് മിനുട്ടായപ്പോൾ സ്ഥലകാ ലബോധം വന്ന കോമളൻ സുഹൃത്തുക്കളോട് യാത്ര പറഞ്ഞ് ബൈക്കിൽ കയറി. പതിവ് വഴികളിലൂടെ വീടിനു സമീപം

എത്തിയപ്പോൾ ഞെട്ടി. ഗെയ്റ്റ് അടഞ്ഞിരിക്കുന്നു; വീട്ടിൽ വെളിച്ചമില്ല; ഗേറ്റ് തുറക്കാനായി ശ്യാമളയും ഇല്ല. അതോടെ കുടിച്ചതും തിന്നതും പെട്ടെന്ന് ദഹിച്ചുപോയി. ഒരു നിമിഷം കൊണ്ട് പരിസരബോധം വീണ്ടെടുത്ത കോമളൻ സൂപ്പർഫാസ്റ്റ് സ്പീഡിൽ വണ്ടിയോടിച്ച് വീട് നിർമ്മിക്കുന്നിടത്ത് എത്തി.

പേടിച്ചുകരഞ്ഞ് ക്ഷീണിച്ച ശ്യാമളയെ മരച്ചുവട്ടിൽ കണ്ടെത്തിയ കോമളൻ ചോദിച്ചു,

"ഞാനിത്തിരി വൈകിയതിന് താനെന്തിനാടോ കരയുന്നത്?"

കരച്ചിൽ മതിയാക്കി മുഖം സാരിയുടെ അറ്റംകൊണ്ട് തുടച്ച് ശ്യാമള പറഞ്ഞു,

"കിണറ്റിലെ വെള്ളം തീർന്നുപോയി... ചേട്ടൻ വരുന്നതുവരെ വെള്ളം കോരാൻ കഴിഞ്ഞില്ല"

●

പെൻഡ്രൈവ്

ട്രഷറിയിൽനിന്നും പെൻഷൻവാങ്ങി വീട്ടിലെത്തിയപ്പോഴാണ് എന്തോ മറന്നുപോയെന്ന് സുകുമാരൻനായർക്ക് തോന്നിയത്. ഓർമ്മയിൽ ആദ്യം പൊങ്ങിവന്നത് തലേദിവസം അഡ്വക്കേറ്റ് തോമസ് പറഞ്ഞേല്പിച്ച വായനശാല വാർഷികത്തിന്റെ കാര്യമാണ്. പരിപാടിയിൽ മുഖ്യ പ്രഭാഷകനാണെന്ന കാര്യം ഉറങ്ങുന്നതിനു മുൻപെ ഡയറിയിൽ എഴുതിവെച്ചതാണ്. ജീവിതാനുഭവങ്ങളോടൊപ്പം വായനയും ഓൺലൈൻ ഡാറ്റകളും ചേർത്ത് മനസ്സിന്റെ ഉള്ളറകളിലിട്ട് പാകം വരുത്തുമ്പോൾ വെളിയിൽ വരുന്ന വാക്കുകൾ കേൾക്കാൻ പ്രഭാഷണവേദികളിൽ ആളുകൾ തിങ്ങിക്കൂടുന്നതിനാൽ ഒട്ടൊരു അഹങ്കാരം അദ്ദേഹത്തിന് അടുത്തകാലത്തായി ഉയർന്നുവന്നിട്ടുണ്ട്. സദസ്സിനെ ആദ്യാവസാനം കൈയിലെടുത്ത് മണിക്കൂറുകളോളം ഇരുത്തി ചിന്തിപ്പിക്കാനുള്ള ജാലവിദ്യകളിൽ നിപുണനായ സുകുമാരൻനായരെ പ്രാസംഗികനായി ലഭിക്കാൻ സംഘാടകർ എത്ര വിലകൊടുക്കാനും തയ്യാറാണ്. സർക്കാർ സർവ്വീസിൽ ഓഫീസർ ആയി വിരമിച്ച അദ്ദേഹത്തെ വേദിയിലെത്തിക്കാനും തിരികെ വീട്ടിലെത്തിക്കാനും വരുന്ന ചെലവുകളെല്ലാം മിനുട്ടുകൾ കണക്കാക്കി നൽകണമെന്നേയുള്ളൂ. നേരിട്ട് കൊടുക്കൽവാങ്ങൽ ശീലങ്ങളില്ല. അതെല്ലാം പാചകക്കാരനും പരിചാരകനും ഡ്രൈവറും ബോഡീഗാർഡും ആയ വേലായുധനെ ഏല്പിച്ചാൽ മതിയെന്ന് നാട്ടുകാർക്കെല്ലാം നന്നായി അറിയാം.

ഉച്ചഭക്ഷണത്തിനുശേഷം അടുക്കളയിലുള്ള പാത്രങ്ങളെല്ലാം കഴുകുന്ന തിരക്കിനിടയിലാണ് വീടിനകത്തെന്തോ അരുതാത്തത് നടക്കുന്നുണ്ടെന്ന് വേലായുധന് തോന്നിയത്. അകത്തുകടന്ന് മുറിയിലേക്ക് ഒളിഞ്ഞുനോക്കിയപ്പോൾ ആദ്യമൊന്ന് ഞെട്ടി. മേശപ്പുറത്തും

ഷെൽഫിലുമായി ഉൾക്കൊള്ളിച്ച എല്ലാ പുസ്തകങ്ങളും വാരിവലിച്ച് നിലത്തിടുന്ന കാഴ്ചയാണ് എതിരേറ്റത്. എല്ലാം ഒരിടത്ത് കൂട്ടിയിട്ട ശേഷം മുന്നിൽ നിൽക്കുന്ന വേലായുധനെ അവഗണിച്ച് ബെഡ്റൂമിലേക്ക് ഓടിപ്പോയി വസ്ത്രങ്ങളിൽ കൈവെച്ചു. അലക്കിയതും അലക്കാത്തതുമായ തുണികളെല്ലാം ഓരോന്നായി നിലത്തിട്ടു. കൂടപ്പിറപ്പായ ദേഷ്യം പതഞ്ഞുപൊങ്ങി ഉയർന്നുകൊണ്ടിരിക്കെ സുകുമാരൻനായർ അടുക്കളയിലേക്ക് ഓടിയപ്പോൾ വേലായുധൻ ഞെട്ടിത്തരിച്ചു. പേടിച്ച വിറച്ചുകൊണ്ട് അവൻ ചോദിച്ചു,

"എന്താ സാർ?"

"എടാ നീയത് എടുത്തിട്ടുണ്ടോ?"

"ഇല്ല സർ"

"ഇല്ലെന്നോ? പിന്നെ അതെവിടെ പോകാനാണ്?"

"എനിക്കൊന്നും അറിയില്ല സർ"

"നീയറിയാതെ അതെവിടെയും പോകുല്ല. വീട് അടിച്ചുവാരുമ്പോൾ നീയതെടുത്ത് വെയ്സ്റ്റ് ബാസ്കറ്റിലിട്ട് പറമ്പിൽ കളഞ്ഞിട്ടുണ്ടാവും"

"അയ്യോ സാർ, സാറിന്റെ ഒരു സാധനോം ഞാനെടുത്ത് കളഞ്ഞിട്ടില്ല"

"അപ്പോൾ നീയത് അടുക്കളയിൽ ഒളിപ്പിച്ചിട്ടുണ്ടാവും, വൈകിട്ട് വീട്ടിലേക്ക് കൊണ്ടുപോവാലോ... എടാ നിന്നെയൊക്കെ അഴിയെണ്ണിക്കും ഞാൻ"

പറയുന്നതിനിടയിൽ സുകുമാരൻനായർ അടുക്കളയുടെ പലഭാഗങ്ങളിലായി പരിശോധന തുടർന്നുകൊണ്ടിരിക്കെ ഒപ്പം വേലായുധനും കൂടി. മേശപ്പുറത്തും തട്ടുകളിലുമായി നിരത്തിവെച്ച പാത്രങ്ങളും ഷെൽഫിലെ പച്ചക്കറികളും ഓരോന്നായി എടുത്ത് നിലത്തേക്കിട്ടശേഷം ഫ്രിഡ്ജിലെ ഫ്രീസറിനുള്ളിൽവരെ അദ്ദേഹം കൈയിട്ടുനോക്കി. അതോടൊപ്പം ദേഷ്യം ഉഗ്രരൂപത്തിൽ വെളിയിലേക്ക് ഇറങ്ങി വന്നപ്പോൾ മുഖം പൂർവ്വാധികം കറുപ്പായി മാറിയിട്ട് കണ്ണുകൾ ചുവന്നുരുണ്ടു,

"നായിന്റെ മോനെ, പെൻഡ്രൈവ് കിട്ടിയില്ലെങ്കിൽ നിന്നെ ഞാൻ ഡിസ്മിസ് ചെയ്യും"

"പെൻഡ്രൈവ്! അത് പേനയാണോ സർ?"

"എടാ പട്ടീ, പെൻഡ്രൈവിന്റെ വിലയറിയാത്ത നീയത് കളഞ്ഞിട്ടുണ്ടാവും. എന്നിട്ടിപ്പോൾ ഒന്നുമറിയാത്തവനെപ്പോലെ"

"സത്യായിട്ടും ഞാനത് പറമ്പിൽ ചാടീറ്റില്ല; അന്റെ മൂന്ന്

മക്കളാണെ സത്യം. സാറിന്റെ മേശയിലോ കീശയിലോ ഉണ്ടാവും"

"എന്റെ മേശയിലുണ്ടെങ്കിൽ ഞാൻ ചോദിക്കുമോടാ? എവിടെയാ കളഞ്ഞതെന്ന് കണ്ടെത്തി അത് കൊണ്ടുവന്നിട്ടുമാത്രം അടുക്കളയിൽ കടന്നാൽ മതി, പോടാ..."

"ഞാനെവിടെന്നാ സാറെ ആ സാധനം കൊണ്ടുവരേണ്ടത്? അടിച്ചുവാരിയ കാട്ടമൊക്കെ രാവിലെതന്നെ പറമ്പിന്റെ മൂലയിലിട്ട് തീക്കൊടുത്തതാ... അന്റെ ഭഗവതിയാണെ സത്യം സാറ് പറയുന്ന പോലുള്ള പെന്ന് ഞാൻ കണ്ടിട്ടുമില്ല, എടുത്തിട്ടുമില്ല"

സുകുമാരൻ നായർ എഴുന്നേറ്റുനിന്ന് തുറിച്ചുനോക്കിയപ്പോൾ വേലായുധന് സൂചന മനസ്സിലായി. കറുത്ത മുഖത്തെ കണ്ണുകൾ രണ്ടും ചുവന്നുരുണ്ട് തീക്കട്ടകളാവുന്നത് കാണാനാവാതെ പതുക്കെ പിൻവാങ്ങി. പെട്ടെന്ന് സ്ഥലം വിട്ടില്ലെങ്കിൽ അപകടം ഏതു വഴിയിലൂടെയും കടന്നുവരാം. ചിലപ്പോൾ അടിയുടെ രൂപത്തിൽ, യാത്രാവേളയിലാണെങ്കിൽ ഇടംകാൽ ഉയർത്തിയിട്ട് ചവിട്ടായി മാറാം. രംഗം അടുക്കള ആയതിനാൽ പാത്രങ്ങൾ പറന്നുവന്ന് തലയിൽ വീഴാനിടയുണ്ട്. ഒഴിഞ്ഞുമാറാനായി മുറ്റത്തിറങ്ങുമ്പോൾ വേലായുധൻ മനസ്സിൽ പറഞ്ഞു,

"എന്തൊരു ഗതികേടാണ്... കെട്ടിയോളെയും മക്കളെയും അടിച്ച [illegible] ഇയാളുടെ വീട്ടിലെ പണിക്ക് ഞാനല്ലാതെ മറ്റാരെങ്കിലും വരുമോ? ഒരാഴ്ച മുൻപ് സ്വന്തം മുഖത്തുള്ള 'കണ്ണട കാണുന്നില്ല' എന്ന് പറഞ്ഞ് ബഹളം ഉണ്ടാക്കിയ മാന്യനാണ്"

വേലായുധൻ മുറ്റത്തിറങ്ങി... ദേഷ്യം അടങ്ങി ശാന്തമാവുന്നതുവരെ വെളിയിലിറങ്ങി നടക്കാൻ അയാൾ ശീലിച്ചിട്ടുണ്ട്. മതിലുകെട്ടി വേർതിരിച്ച വീടും പറമ്പും ആയതിനാൽ അകത്തുള്ള അതിമഹത്തായ കാര്യങ്ങൾ വെളിയിലാരും അറിയുകയില്ല. എല്ലാം ഒന്നടങ്ങിയാൽ, പതുക്കെ അകത്തുകടന്ന് വലിച്ചിട്ടതെല്ലാം അടുക്കിപ്പെറുക്കി വെക്കുമ്പോൾ പെഴ്സ് തുറന്ന് നൂറിന്റെ നോട്ടെടുത്ത് തരുന്നതുകൊണ്ട് പരാതിയില്ലാതെ ദിവസങ്ങൾ കടന്നുപോകുന്നു. പിന്നെ മാസാവസാനം പറഞ്ഞുറപ്പിച്ച തുക മുടക്കമില്ലാതെ ലഭിക്കുന്നതുകൊണ്ട് മൂന്ന് മക്കളും ഭാര്യയുമുള്ള തന്റെ കുടുംബം പുലരുന്നു.

ചിന്തിച്ചിരിക്കെ എന്തോ പൊട്ടിച്ചിതറുന്ന ശബ്ദവും നിലവിളിയും കേട്ടപ്പോൾ വേലായുധൻ അകത്തേക്കോടി. പുസ്തകങ്ങൾ അടുക്കിവെച്ച അലമാര മറിഞ്ഞു വീണിരിക്കുന്നതിനിടയിൽ നിലത്തിരിക്കുന്ന സുകുമാരൻ സാറിനെ പിടിച്ചുയർത്താൻ ശ്രമിച്ചപ്പോൾ ഇടിവെട്ടുന്ന ശബ്ദം,

“തൊട്ടുപോകരുതെന്നെ... നിന്നെ ഞാൻ”

ഇരുന്നിടത്തുനിന്നും ആയാസപ്പെട്ട് എഴുന്നേറ്റപ്പോൾ വേലായുധനനേരെ വിരൽചൂണ്ടിയിട്ട് അലറി,

“എടുത്തുവെക്കെടാ”

അലമാര ഉയർത്തി പൂർവ്വസ്ഥാനത്ത് വെച്ചശേഷം പുസ്തകങ്ങൾ ഓരോന്നായി പൊടിതട്ടിയെടുക്കുമ്പോൾ ആജ്ഞ വന്നു,

“അരമണിക്കൂർ സമയം തരാം, അതിനുള്ളിലെന്റെ പെൻഡ്രൈവ് തന്നില്ലെങ്കിൽ നിന്നെഞാൻ ജീവനോടെ ചുട്ടുകൊല്ലും”

“അത് സാർ ഞാനെടുക്കാതെ എങ്ങനെയാ... ആ സാധനം തരുന്നത്?”

“നീയെടുക്കാതെ എങ്ങനെയാ... നീയും ഞാനുമല്ലാതെ മറ്റാരുംതന്നെ ഈ വീട്ടിലില്ല. എന്റെ സാധനമൊക്കെ എടുക്കുന്നത് നീ തന്നെ”

പെട്ടെന്ന് അയാൾക്കൊരു പിടിവള്ളി കിട്ടി,

“അങ്ങനെ പറഞ്ഞാൽ ഇന്നുരാവിലെ വിലാസിനി വന്നിരുന്നല്ലോ”

“വിലാസിനിയോ, അതാരാ?”

“സാറിന്റെ ഡ്രസ്സ് അലക്കി ഇസ്തിരിയിട്ടു തരുന്നത് വിലാസിനിയല്ലേ”

“അതുശരി അപ്പോൾ അവളായിരിക്കും കള്ളി... പെരുംകള്ളി; അവളെ ഞാൻ”

സുകുമാരൻനായരുടെ കഷണ്ടിതലയിലൂടെ കിളി പറന്നു...

“എടാ നിനക്കവളുടെ വീടറിയോ? അലക്കാനെടുത്ത ഡ്രസ്സിന്റെ പോക്കറ്റിലായിരിക്കും പെൻഡ്രൈവ്”

“വീട് പൊഴക്കരേലാണ് സർ, തുണിയൊക്കെ അലക്കി ഒണക്കുന്നത് അവിടെവെച്ചാണ്”

“പെട്ടെന്ന് വണ്ടി സ്റ്റാർട്ട് ചെയ്യ്... അവളായിരിക്കും കട്ടത്. അലക്കാനെടുത്ത ഡ്രസ്സിന്റെ പോക്കറ്റിൽ കിടക്കുന്ന പെൻഡ്രൈവ് അവളെടുത്തിട്ടുണ്ടാവും. വിലപിടിച്ച എത്രയോ ഡാറ്റകളാണ് അതിനകത്തുള്ളത്”

“സാറിന്റെ പോക്കറ്റിൽ കടക്കുന്ന സാധനമാണോ ഈ പെൻഡ്രൈവ്?”

വേലായുധൻ ശ്വാസം നേരെയാക്കി ചോദിച്ചപ്പോൾ മറുപടി മറ്റൊന്നായിരുന്നു,

“എനിക്കത് കിട്ടിയില്ലെങ്കിൽ അവളെയും നിന്നെയും ശരിപ്പെടുത്തും; വേഗം വണ്ടി സ്റ്റാർട്ട് ചെയ്യ്...”

"വിലാസിനിയിപ്പോൾ വീട്ടിലുണ്ടാകുമോ?"

"വീട്ടിലായാലും കാട്ടിലായാലും എനിക്കവളെ കാണണം... എന്നിട്ടെന്റെ പെൻഡ്രൈവ് വാങ്ങിയിട്ടുവേണം അവൾക്കിട്ട് രണ്ടെണ്ണം പൊട്ടിക്കാൻ"

ഭീഷണികൾക്ക് താൽക്കാലിക ആശ്വാസം ലഭിച്ച വേലായുധൻ അടുക്കള അടച്ചുപൂട്ടിയശേഷം കാറിന്റെ ചാവിയെടുത്ത് മുറ്റത്തേക്കിറങ്ങി. പിടിച്ച മുയലിന് കൊമ്പ് മൂന്നാണെന്ന് പറയുന്ന കക്ഷിയാണ്. പോർച്ചിലുള്ള വണ്ടി സ്റ്റാർട്ട് ചെയ്ത് മുന്നിലെത്തിയപ്പോൾ സുകുമാരൻ നായർ വീടുപൂട്ടിയിട്ട് ഇറങ്ങി. തുറന്നുപിടിച്ച ഡോറിലൂടെ അകത്തു കയറുന്ന സാറിനോട് വേലായുധൻ അവസാനമായി ചോദിച്ചു,

"സാറിന് വിലാസിനിയെ കാണാൻ ഒറപ്പായിട്ടും പോകണോ?"

"ഏത് നരകത്തിലായാലും ഞാനവളെ കണ്ടുപിടിച്ചിട്ട് പെൻഡ്രൈവ് വാങ്ങും. അതില്ലാതെ ഞാനെങ്ങനെയാടാ കാര്യങ്ങൾ മനസ്സിലാക്കി പ്രസംഗിക്കുക. എന്റെ തലച്ചോറിൽ ഉള്ളതിനെക്കാൾ സംഗതികൾ അതിനകത്താണുള്ളത്"

"എന്നാലും സാർ, നമുക്ക് പോലീസിൽ പരാതിപ്പെട്ടാൽ പോരെ?"

"എന്നിട്ടുവേണം പത്രക്കാരും ചാനലുകാരും എന്റെ നെഞ്ചത്തു കേറി നെരങ്ങാൻ... നീ വണ്ടിയെടുക്കെടാ..."

നാഷനൽ ഹൈവെയിലൂടെ ഓടിയിരുന്ന വണ്ടി അവിടെന്നങ്ങോട്ട് മാറി പട്ടണത്തിന്റെ അരികിലൂടെ ചേരികൾക്കിടയിലൂടെ യാത്ര തുടർന്നു. മലമൂത്ര മാലിന്യഗന്ധം ശ്വസിച്ച് നാസാരന്ധ്രങ്ങൾ മരവിച്ചു പോയ രണ്ടുപേരും യാത്രക്കിടയിൽ വായ തുറന്നതേയില്ല. നോക്കിയിരിക്കെ പലനിറങ്ങളിൽ പാറിക്കളിക്കുന്ന അലക്കുതുണികൾ നിറഞ്ഞ വിശാലമായ മൈതാനത്തിനടുത്തുകൂടി ഓടിയശേഷം ഒടുവിൽ നീലഷീറ്റ് മൂടിയ കൂരയുടെ മുന്നിൽ വണ്ടി നിർത്തി. കാറ് നിർത്തിയതും ഭൂമിയിൽനിന്നും പൊട്ടിമുളച്ചതുപോലെ മണ്ണിന്റെ നിറമാർന്ന പത്ത് പന്ത്രണ്ട് പിള്ളേർ മുന്നിലെത്തി. വണ്ടി നിർത്തിയിട്ട് വെളിയിലിറങ്ങിയ വേലായുധനെ അവർ പൊതിഞ്ഞപ്പോൾ പിന്നിലെ ഡോർ തുറന്നിറങ്ങിയ സുകുമാരൻ നായരെ അവഗണിച്ചു. തിളക്കമുള്ള കാറിനെ തൊട്ടും തലോടിയും നിൽക്കുന്ന പിള്ളേരെ കണ്ടപ്പോൾ നായർക്ക് കലികയറി,

"മാറിനിൽക്കെടാ പട്ടികളെ..."

മാറാൻ തയ്യാറാവാതെ നിൽക്കുന്ന പയ്യന്മാരിൽ മുതിർന്നവൻ വേലായുധനോട് ചോദിച്ചു,

"ആരെയാ നോക്കുന്നത്?"

“മക്കളെ, വിലാസിനിചേച്ചി വീട്ടിലുണ്ടോ?”

“രാവിലെയിങ്ങോട്ട് വന്നിരുന്നു, ഓറെ വിളിക്കട്ടെ”

കുട്ടിപ്പട്ടാളം ഓടിപ്പോവുന്നതിനിടയിൽ വിളിച്ചുകൂവി,

“വിലാസിനിയേച്ചിക്ക് കസ്റ്റമർ വന്നേയ്...”

നീല ഷീറ്റിനടിയിൽ നൂണ്ടുകയറിയ കുട്ടിപ്പട ഇറങ്ങിവന്നപ്പോൾ പിന്നിലായൊരു കിഴവൻ; വാക്കിംഗ് സ്റ്റിക്കിൽ ദേഹമൂന്നിയിട്ട് നടന്നുവന്നിട്ട് അയാൾ പറഞ്ഞു,

“വിലാസിനിയെ ഇന്ന് കാണാമ്പറ്റില്ല; അരമണിക്കൂറ് മുമ്പ് ഓളെ ഒരാള് വിളിച്ചോണ്ടുപോയി”

“എനിക്കിപ്പംതന്നെ വിലാസിനിയെ കാണണം”

“അതെങ്ങനെയാ സാറെ? ഓളിപ്പം പോയിട്ട് നാളെ പൊലർച്ചക്കെ വരൂ... അഡ്രസ് തന്നാൽ നാളെവൈകിട്ട് ഓളെ അങ്ങോട്ടയക്കാം. അങ്ങനെയാണെങ്കിൽ അഡ്വാൻസ് ഇപ്പംതരണം”

“എടാ കിളവാ, ഓളെന്റെ പെൻഡ്രൈവ് എടുത്തിട്ടുണ്ട്. അതിങ്ങു തന്നാൽ ഞാൻ പോയേക്കാം”

“ഓളെടുത്ത സാധനമൊന്നും മറ്റാർക്കും കൊടുക്കില്ല സാറെ... അതെല്ലാം ഓളെ കൈയിത്തന്നെ ഒണ്ടാകും”

“ഓളെവിടിയാ പോയതെന്ന് അറിയോ?”

“ദാസപ്പന്റെ വണ്ടീലാ പോയത്, പഴയ സിനിമാ ടാക്കീസിനടുത്ത നാലുതട്ട് കോളനീലെ ഓടിട്ട വീട്ടില് പോണൂന്നാ പറഞ്ഞത്”

“വാടാ പോകാം, നാലുതട്ടെങ്കിൽ തട്ട്”

വേലായുധനാകെ സംശയമായി; ഈ പോക്കിന്റെ ഒടുക്കം എവിടെയെത്തും? എന്ത് കുന്ത്രാണ്ടമായാലും കാണാതെപോയതിന്റെ പിന്നാലെ കണ്ണുംമൂക്കും ഇല്ലാതെ നെട്ടോട്ടമോടണോ? വലിയോരല്ലെ... തോറ്റുകൊടുക്കാൻ മടിയുള്ളവർക്ക് വഴിയിൽ വരുന്നതെല്ലാം അനുഭവിക്കാനാണ് വിധി. കേട്ടാലും കണ്ടാലും അറിയാത്തവൻ കൊണ്ടിട്ട് അറിയട്ടെ. എന്നാലും, ഇത്രക്ക് വലിയ സാധനമാണോ ഈ പെൻഡ്രൈവ്! എങ്ങോട്ടുപോയാലും തനിക്ക് നഷ്ടമൊന്നും വരാനില്ല. സാറിന്റെ വണ്ടി, സാറിന്റെ സ്വന്തം ഡ്രൈവർ... എന്നാലും,

“സാർ അങ്ങോട്ട് പോകണോ? വിലാസിനിയെ നാളെ കണ്ടാൽ പോരെ?”

“നിനക്കെന്താടാ അതിലിത്ര സംശയം? എന്റെ പെൻഡ്രൈവിന്റെ വില എനിക്കെ അറിയൂ, നാളെ നടത്തേണ്ട പ്രസംഗത്തിന്റെ ഡാറ്റാസൊക്കെ അതിലാണുള്ളത്. അത് കിട്ടിയേ പറ്റൂ”

“വിലാസിനിയെ ഞാനൊന്ന് ഫോൺ ചെയ്തു നോക്കട്ടെ; അതല്ലെ നല്ലത്”

"നല്ലതും ചീത്തയുമൊക്കെ നീയാണോ എന്നെ പഠിപ്പിക്കുന്നത്, ഫോൺ ചെയ്താൽ കള്ളി വെളിച്ചത്താവുന്നതുകൊണ്ട് അവളത് നശിപ്പിച്ചാലോ... എന്റെ പെൻഡ്രൈവിനെങ്ങാനും കേടുവന്നാൽ... നിന്നെയും അവളെയും ഞാൻ കൊല്ലും"

വേലായുധൻ പിന്നീടൊന്നും പറഞ്ഞില്ല. വളവും തിരിവും കടന്ന് വണ്ടിയോടിച്ച് അവരുടെ പ്രയാണം തുടർന്നു. ആളുകളുടെ എണ്ണം കുറഞ്ഞുകൊണ്ടിരിക്കെ മാലിന്യക്കൂമ്പാരം വർദ്ധിച്ചുവരാൻ തുടങ്ങി. പട്ടണത്തിന്റെ പരിശുദ്ധി സൂക്ഷിക്കാനായി നശിപ്പിക്കപ്പെട്ട ഗ്രാമത്തിന്റെ ഇടവഴിയിലൂടെ അവർ നാലുതട്ട് കോളനിയിൽ എത്തിച്ചേർന്നു. എങ്ങും മാലിന്യം മാത്രം; ഒപ്പം കൂണുപോലെ തലയുയർത്തുന്ന വീടുകൾക്കിടയിലൂടെ ഓടിനടക്കുന്ന തെരുവുപട്ടികൾ.

ഒരുകാലത്ത് പ്രതാപം നിറഞ്ഞിരുന്ന സിനിമാ തീയറ്ററിന്റെ പ്രേതം അലഞ്ഞുനടക്കുന്ന കെട്ടിടത്തിന്റെ ഇടതുവശത്ത് ഓടിട്ട പഴയൊരു രണ്ടുനില വീടിനുമുന്നിൽ വേലായുധൻ വണ്ടി നിർത്തിയതോടെ രണ്ട് തടിയന്മാർ ഓടിവന്നു. വേലായുധൻ ഇറങ്ങുന്നതിനു മുൻപ് ചാടിയിറങ്ങിയ സുകുമാരൻ നായർ ഇടിവെട്ടുന്ന ശബ്ദത്തിൽ ചോദിച്ചു,

"വിലാസിനിയെന്നൊരു പെണ്ണിവിടെ വന്നിട്ടുണ്ടോ?"

"വിലാസിനി ഇവിടെയുണ്ട്... സാറ് അകത്തു കയറിയിട്ട് ഓഫീസ് റൂമിൽ ഇരിക്കണം. അവിടെ മഞ്ജുളാമ്മ മേഡം ഉണ്ട്"

"എനിക്ക് മറ്റാരെയും കാണേണ്ട, ആ വിലാസിനിയെ ഇങ്ങോട്ട് വിട്"

"വിലാസിനിചേച്ചിക്ക് തിരക്കാണെങ്കിൽ മറ്റുള്ളവരെ വിടാം. സാറകത്തു കയറിയിരിക്കണം"

"മിണ്ടാതിരിക്കെടാ ചെറ്റകളെ... ഓളെന്റെ പെൻഡ്രൈവ് എടുത്തിട്ട് പോയതാ... കൊല്ലും ഞാൻ"

മുറ്റത്തെ ബഹളം കേട്ടപ്പോൾ മഞ്ജുളാമ്മ ഇറങ്ങിവന്നു, സുകുമാരൻനായർ അടിക്കാൻ ഉയർത്തിയ കൈ താഴ്ത്തിയിട്ട് കേശാദിപാദം അവരെ നോക്കി. എൺപത്തിയെട്ട് കിലോഗ്രാം ഭാരം പച്ചനിറമുള്ള കസവുസാരിയിൽ ഒതുക്കിയിട്ട് മന്ദംമന്ദം നടന്നുവരുന്ന ആ മഹതിയുടെ വാക്കുകൾ കേട്ടപ്പോൾ പഴയ ഓടിട്ട കെട്ടിടം നടുങ്ങി,

"പോയിനെടാ തെണ്ടികളെ... ഒരാളെ സ്വീകരിക്കേണ്ടത് ഇങ്ങനെയാണോടാ?..."

"മാഡം ഇയാൾക്ക് ഇപ്പോൾതന്നെ വിലാസിനിചേച്ചിയെ കാണണം പോലും"

“വിലാസിനി ഡ്യൂട്ടിയിലാണ്, ഒരു മണിക്കൂർ കഴിഞ്ഞാൽ കാണാം. ആരാ? എവിടെന്നാ?”

“മര്യാദക്ക് അവളെ ഇറക്കിവിടുന്നതാണ് നല്ലത്”

“അതെങ്ങനെയാടോ? മുൻകൂട്ടി ബുക്ക്ചെയ്യാതെ ന്യൂ കസ്റ്റമേർസിനെ ഞങ്ങളൊരിക്കലും സ്വീകരിക്കാറില്ല. പിന്നെ, എക്സ്ട്രാചാർജ്ജ് നൽകുന്നവർക്ക് കൊടുക്കാൻ ഇന്നൊരു പുതിയ ഐറ്റത്തെ കൊണ്ടുവന്നിട്ടുണ്ട്. കൊറച്ച് ചവിട്ടുംകുത്തും ഉണ്ടാക്കുമെങ്കിലും അതൊന്നും സാരമാക്കേണ്ട; സാധനം ഫ്രഷ് ഐറ്റമാ...”

“നീയെന്താടി പറഞ്ഞത്? മാന്യമായി ജീവിക്കുന്ന എന്നെക്കുറിച്ച് നിനക്കെന്തറിയാം. എന്റെ പെൻഡ്രൈവ് എടുത്ത വിലാസിനിയെ വിളിക്കെടീ...”

സുകുമാരൻനായർ കൈ ഉയർത്തി ഇടതുകവിളിൽ അടിച്ചപ്പോൾ മഞ്ജുളാമ്മ മുറ്റത്തു വീണു. അവിടെ കിടന്നുകൊണ്ട് അവർ നിലവിളിച്ചു,

“രമേശേ സുരേശേ ഓടിവാ... ഇയാളെ ചവിട്ടിക്കൂട്ടെടാ”

സുകുമാരൻ സാറിന്റെ രക്തം തിളച്ചു... മാന്യനായി ജീവിക്കുന്ന തന്റെ അഭിമാനത്തിന് ഏതോഒരു തെണ്ടി വിലപറയുന്നോ? പെൻഡ്രൈവില്ലാതെ തിരിച്ചുപോകുന്ന പ്രശ്നമേയില്ല. കൈകൊണ്ടും നാവുകൊണ്ടും ആക്രമണം തുടർന്നുകൊണ്ടിരിക്കെ സംഗതി കൈവിട്ടെന്ന് മനസ്സിലാക്കിയ വേലായുധൻ പോലീസ് സ്റ്റേഷനിലേക്ക് വിളിച്ചു.

പോലീസ് വാഹനത്തിൽ നിന്നും ഇറങ്ങിവന്നവർ പത്ര റിപ്പോർട്ടർമാരുടെയും ചാനൽ ക്യാമറകളുടെയും അകമ്പടിയോടെ സ്റ്റേഷനിലേക്ക് പ്രവേശിച്ചു.

സുകുമാരൻ നായരുടെ കഷണ്ടിത്തല ടവ്വാലകൊണ്ട് കെട്ടിയതിന്റെ ഉള്ളിൽനിന്നും ചോര കിനിയുന്നുണ്ട്. മഞ്ജുളാമ്മക്ക് ബാഹ്യമായ പരുക്കുകൾ ഇല്ലെങ്കിലും മുഖമാകെ വീർത്ത് ചുവന്നിട്ടുണ്ട്. ഒപ്പമുള്ളവരെ കണ്ടാൽ പടക്കളത്തിൽ നിന്നും പരിക്കേറ്റതാണെന്ന് നിസ്സംശയം പറയാം.

എസ്.ഐ. സുന്ദരേശന് സംശയം മാറുന്നതേയില്ല,

“സാർ താങ്കളൊരു വലിയ മനുഷ്യനല്ലേ... നാട്ടുകാരൊക്കെ ബഹുമാനിക്കുന്ന വ്യക്തി; എന്നിട്ട് സാറെന്തിനാ ഇങ്ങനെയൊരു കേന്ദ്രത്തിലേക്ക് പോയത്?”

“എന്റെ പെൻഡ്രൈവ് കാണാനില്ല. വീട്ടിലെ തുണിയെല്ലാം

അലക്കുന്ന പെണ്ണ് വിലാസിനി എടുത്തിട്ട് പോയാൽ ഞാനെന്താണ് ചെയ്യുക? നാളത്തെ പ്രസംഗത്തിന്റെ ഡീറ്റെയ്ൽസ് പോലും അതിനകത്താണ്. ഇവൾക്കെതിരെ കേസെടുക്കണം"

"ആരാ വിലാസിനി?"

പരിക്കൊന്നും ഇല്ലാതെ പോലീസ് സ്റ്റേഷനിൽ എത്തിയ സ്ത്രീകളുടെ കൂട്ടത്തിൽനിന്നും വിലാസിനി മുന്നോട്ടുവന്നു. അവളാകെ പേടിച്ച് പതുങ്ങിയിരിക്കയാണ്. പോലീസ് വന്നപ്പോൾ മുറിയിൽ നിന്നും ഇറങ്ങിഓടിയ നേരത്ത് കൈയിൽകിട്ടിയ പാകമാവാത്ത ചുരിദാറാണ് ദേഹത്തുള്ളത്. അടിവസ്ത്രം എന്നൊന്ന് പേരിനുപോലും ഇല്ലാത്ത പരിതാപകരമായ അവസ്ഥയിലാണവൾ...

"സർ ഞാനാണ് വിലാസിനി"

"സുകുമാരൻ നായരുടെ പെൻഡ്രൈവ് നീ എടുത്തിട്ടുണ്ടോ?"

"ഇല്ല സർ"

പരിസരം മറന്ന് സുകുമാരൻ നായർ ഒച്ചവെച്ചു,

"കള്ളം പച്ചക്കള്ളം... രണ്ടെണ്ണം പൊട്ടിച്ചുകൊടുക്ക്..."

"സത്യം പറ, നീയെന്തിനാ സാറിന്റെ പെൻഡ്രൈവ് എടുത്തത്?"

"ഞാൻ എടുത്തതല്ല സാർ, അത്"

"അതുപിന്നെ?"

"അത് സാറെനിക്ക് തന്നതാ"

"തന്നതോ?"

"അതെ സാർ, ഈ നായര് പറമ്പിലെ ചക്കേം മാങ്ങേം പേരക്കയും അടുക്കളേല് ബാക്കിയായ ചോറും എല്ലാം വെറുതെതരും. കാക്കയും പൂച്ചയും കൊണ്ടോയി തിന്നുന്നതല്ലെ, വേലായുധൻ ചേട്ടനോടും അന്നോടും അതൊക്കെ എടുത്തോയെന്ന് എപ്പോഴും പറയും. അക്കൂട്ടത്തിൽ സാറ് പറയുന്ന സാധനവും തന്നിട്ടുണ്ടാവും"

"അപ്പോൾ അതാണ് സംഗതി, എന്നിട്ട് നീയാ പെൻഡ്രൈവ് എവിടെയാ വെച്ചത്?"

"എവിടെയും വെച്ചിട്ടില്ല സാർ"

"പിന്നെ എന്തു ചെയ്തു?"

"അതെല്ലാം എന്റെ മക്കള് തിന്നു..."

"തിന്നാനോ?"

"അതെ സാർ, അന്റെ കുട്ട്യോള് അങ്ങനെയാ... പണി കയിഞ്ഞ് വീട്ടിലെത്തുമ്പം മക്കള് രണ്ടും അന്റെ ബാഗ് തപ്പിയിട്ട് തിന്നാൻ പറ്റുന്നതൊക്കെ എടുത്തുതിന്നും. ഞാനെന്ത് ചെയ്യാനാ?... സാറ് പറയുന്ന പെൺഡ്രൃയും തിന്നുന്ന സാധനമല്ലേ?"

പെട്ടെന്ന് മൊബൈലിനുള്ളിലെ കിളി ചിലച്ചു...

ആരുടെ കിളിയാണെന്ന് അറിയാതെ എല്ലാവരും നോക്കിയപ്പോൾ സുകുമാരൻനായരുടെ പോക്കറ്റിലാണെന്ന് മനസ്സിലായി. പോക്കറ്റിൽനിന്നും വലിച്ചെടുത്ത മൊബൈലിനോടൊപ്പം വെളിയിലേക്ക് വന്ന ചെറിയൊരു സാധനം കണ്ടപ്പോൾ അദ്ദേഹം പരിസരം മറന്ന് വിളിച്ചുകൂവി,

"പെൻഡ്രൈവ്... ഇതെങ്ങനെയാ എന്റെ പോക്കറ്റിൽ വന്നത്!"

സുകുമാരൻ നായരുടെ വിരലുകൾക്കിടയിലുള്ള പെൻഡ്രൈവിലേക്ക് എല്ലാവരും നോക്കി.

●